आधुनिक मत्स्य संवर्धन

लेखक
उमेश सूर्यवंशी
सोमनाथ यादव
डॉ. प्रशांत तेलवेकर

साहाय्यक लेखक
अरविंद कुलकर्णी, शामकांत शेळके, डॉ. संतोष मेतर

सकाळ प्रकाशन

सकाळ प्रकाशन

Aadhunik Matsya Samvardhan

आधुनिक मत्स्य संवर्धन

लेखक : उमेश सूर्यवंशी, सोमनाथ यादव, डॉ. प्रशांत तेलवेकर

साहाय्यक लेखक : अरविंद कुलकर्णी, शामकांत शेळके, डॉ. संतोष मेतर

प्रथम आवृत्ती : मे २०१९

मुखपृष्ठ : जावेद मुजावर

मुद्रितशोधन व मांडणी : अश्विनी महाजन

प्रकाशक : सकाळ मीडिया प्रा. लि.
५९५, बुधवार पेठ,
पुणे ४११ ००२

ISBN : 978-93-87408-60-9

संपर्क : ०२०-२४४० ५६७८ / ८८८८८ ४९०५०
sakalprakashan@esakal.com

ज्यांच्यामुळे मला हे पुस्तक लिहिण्यास प्रेरणा मिळाली, माझा आत्मविश्वास बळावला,
ते माझे आईवडील, माझ्या कुटुंबातील सदस्य व महाराष्ट्रातील तमाम शेतकरी
प्रत्यक्षपणे व अप्रत्यक्षपणे पाठबळ देणारा माझा सर्व मित्र परिवार
यांना सादर समर्पण

मनोगत

महाराष्ट्रात मत्स्य शेती करण्यासाठी मुबलक अशी जागा व जलसाठा उपलब्ध आहे. याचा उपयोग मस्त्य शेती करणाऱ्या उत्सुक लोकांनी केला पाहिजे. मत्स्य शेती करण्यासाठी तंत्रज्ञान, जिद्द, चिकाटी, मत्स्यशास्त्राचा सखोल अभ्यास या बाबी असणे गरजेचे आहे. शेतकऱ्यांनी मेहनतीला तंत्रज्ञानाची जोड दिल्यास मत्स्य शेती व्यवसाय नक्कीच फायदा देणारा ठरू शकतो. 'पीडितला पडीतचा आधार'. मत्स्य शेती करण्यायोग्य जमिनी पडून आहेत, त्यात आधुनिक पद्धतीने मत्स्य शेती केल्यास त्याचा फायदा शेतकऱ्यांना होऊ शकतो. मत्स्य शेती सुरू करण्याअगोदर मत्स्य शेतकऱ्यांनी या विषयाचे प्रशिक्षण घेणे गरजेचे वाटते. मत्स्य व्यवसाय करताना येणाऱ्या अडचणींवर व त्यावरील उपाययोजनांवर नियोजनबद्ध पद्धतीने काम करावयास हवे. आज महाराष्ट्रात दुष्काळाचे सावट असताना जागोजागी झालेले शेत तळे नक्कीच मत्स्य शेतीसाठी फायद्याचे ठरू शकतात, ठिकठिकाणी असलेल्या लहानमोठ्या जलाशयांचा वापर मत्स्य शेती करण्यासाठी शेतकऱ्यांनी करावयास हवा.

महाराष्ट्रात दर्जेदार मत्स्यबीज उपलब्ध होणे ही फार मोठी समस्या आहे. विविध संवर्धनयुक्त मत्स्यबीजांची मागणी शेतकरीवर्ग करत असतो. पण हवे ते मत्स्यबीज वेळेवर उपलब्ध होत नाही. मत्स्यबीजासाठी इतर राज्यांवर अवलंबून राहावे लागते. इतर राज्यांतून येणारे मत्स्यबीज दर्जेदार असेलच याची शाश्वती नसते. त्यासाठी शेतकऱ्यांनी पुस्तकात लिहिलेल्या ज्ञानाचा वापर करून, तंत्रज्ञान शिकून स्वतःच मत्स्यबीज निर्मिती करून, ते बीज आपल्या मत्स्य तलावात वापरले तर नक्कीच त्याचा फायदा होईल. शेतकऱ्यांनी स्वतः तयार केलेले मत्स्यबीज इतर गरजू शेतकऱ्यांना विकल्यास त्याचा दोघांनाही फायदा होऊ शकतो. आधुनिक पद्धतीने मत्स्य शेती करणे ही काळाची गरज आहे. त्यात पिंजरा संवर्धन, आरएस संगोपन व बायोफलॉक प्रणालीचा वापर मत्स्योत्पादन वाढीसाठी करणे गरजेचे ठरते.

टाकाऊ व स्वस्त मासळीपासून विविध प्रकारचे मत्स्यपदार्थ बनवून ते विकणे हा व्यवसायदेखील नियोजनबद्ध पद्धतीने केल्यास नावारूपास येऊ शकतो. मत्स्य व्यवसाय करण्यासाठी शासनाच्या

विविध योजना राबवल्या जातात. शेतकऱ्यांकडे उपलब्ध असणाऱ्या साधनसामग्रीनुसार विविध योजनांबद्दल माहिती करून घेऊन मत्स्य शेती केल्यास त्याचासुद्धा फायदा शेतकऱ्यांना मिळू शकतो.

आपल्या भागातील बाजारात मागणी असणाऱ्या माशांचे संवर्धन केल्यास मत्स्य शेतीतून चांगला मोबदला मिळू शकेल. आम्ही तयार केलेले पुस्तक हे मत्स्य शेतकऱ्यांना उपयुक्त ठरेल अशी आशा करतो. कारण त्यात, मत्स्य शेती करण्यासाठी लागणाऱ्या उपयुक्त अशा बाबी आमचा या क्षेत्रातील अनुभव, अभ्यास, मत्स्य शेती करणाऱ्या शेतकऱ्यांशी झालेला संवाद, त्यांना मत्स्य शेती करताना येणाऱ्या अडचणी अशा अनेक गोष्टींचा समावेश केलेला आहे.

पुस्तकाचे काम फार कष्टाचे यात शंकाच नाही. साथ आहे वाचकांची. आम्ही त्यांचे सदैव आभारी राहू.

- उमेश सूर्यवंशी, सोमनाथ यादव, डॉ. प्रशांत तेलवेकर

अनुक्रमणिका

विभाग एक : मत्स्य संवर्धनाच्या संधी, शक्यता व तयारी

विभाग दोन : माशांच्या विविध जाती व त्यांचे संवर्धन आणि रोग निवारण

विभाग तीन : मत्स्य संवर्धनातील नवीन संधी, मत्स्यशेती : प्रश्नोत्तरे

परिशिष्ट

विभाग एक

मत्स्य संवर्धनाच्या संधी, शक्यता व तयारी

१

गोड्या पाण्यातील मत्स्य संवर्धन : स्वयंरोजगाराच्या संधी

प्रस्तावना

भारताला विस्तृत असा ८,१२९ किमी लांबीचा समुद्रकिनारा, २९,००० किमी लांबीचे नदी जलक्षेत्र व तीन दशलक्ष हेक्टर एवढे गोड्या पाण्यातील क्षेत्र मत्स्योत्पादनासाठी उपलब्ध आहे. भारताचे एकूण मत्स्योत्पादन १०.०७ दशलक्ष टन एवढे आहे. महाराष्ट्रामध्ये गोड्या पाण्यातील मत्स्य संवर्धनासाठी तीन लक्ष हेक्टर एवढे क्षेत्रफळ व सागरी मासेमारीसाठी ७२० किमी लांबीचा समुद्रकिनारा उपलब्ध आहे. मत्स्योत्पादन क्षेत्रामध्ये भारताने मागील काही दशकांमध्ये लक्षणीय प्रगती केलेली आहे. संपूर्ण जगामध्ये भारताचा एकूण मत्स्योत्पादनामध्ये दुसरा व गोड्या पाण्यातील मत्स्योत्पादनामध्येही दुसरा क्रमांक लागतो. देशाच्या एकूण दरडोई उत्पन्नापैकी मत्स्य व्यवसायाचा वाटा १.१० टक्के, तर कृषी व्यवसायाचा वाटा ५.१५ टक्के आहे. मत्स्य व्यवसायाच्या प्रगतीचा दर ८ टक्के आहे.

सागरी मासेमारीपासून मिळणाऱ्या उत्पन्नाची नैसर्गिक मर्यादा ४.४१ दशलक्ष टन असल्यामुळे त्यामधून अधिक उत्पन्नाची अपेक्षा करता येत नाही. किंबहुना, खोल समुद्रातील मासेमारीपासून काही प्रमाणात वृद्धी होऊ शकते. याउलट, मत्स्य संवर्धन क्षेत्रामध्ये प्रगतीसाठी फार मोठ्या प्रमाणात वाव आहे.

सद्य:स्थिती व बाजारपेठ

आपल्याकडे गोड्या पाण्यातील मत्स्यशेती साधारणपणे तीन टप्प्यांमध्ये केली जाते. पहिल्या टप्प्यामध्ये मत्स्यजिरे, मत्स्यबीज या आकारमानापर्यंत तळ्यात वाढवले जातात. दुसऱ्या टप्प्यामध्ये मत्स्यबीज, मत्स्य बोटुकली आकारापर्यंत व तिसऱ्या टप्प्यामध्ये मत्स्य बोटुकली बाजारपेठयोग्य आकारमानापर्यंत वाढवतात. अशा प्रकारच्या गोड्या पाण्यातून मिळणाऱ्या उत्पन्नापैकी ८५ टक्के भाग भारतीय प्रमुख कार्प या जातीच्या माशांच्या संवर्धनापासून होतो. गोड्या पाण्यातील मत्स्य संवर्धनातून चांगले उत्पन्न मिळण्यासाठी शेतकऱ्यांना योग्य प्रतीचे बीज योग्य वेळी उपलब्ध होणे आवश्यक आहे. जलाशयामधील अधिकतम मत्स्योत्पादन मिळण्याकरिता मत्स्य बोटुकली आकाराचे बीज सोडले जावे. परंतु, बोटुकलीअभावी मत्स्य शेतकरी जलाशयांमध्ये मत्स्यबीजांचे अथवा मत्स्यजिऱ्यांचे संचयन करतात. म्हणून मत्स्य बोटुकलीची असणारी प्रचंड मागणी व पुरवठा यामधील तूट भरून निघण्यासाठी अधिकाधिक मत्स्यबीज केंद्रे व संगोपन तळी निर्माण होणे हितावह आहे.

गोड्या पाण्यातील मत्स्यशेतीमध्ये, जम्बो कोळंबी संवर्धन हा एक अधिक आर्थिक नफा देणारा व्यवसाय आहे. गोड्या पाण्यातील कोळंबी

संवर्धनामध्ये आंध्र प्रदेश हे एक अग्रेसर राज्य आहे. गोड्या पाण्यातील कोळंबी संवर्धनामध्ये मिळणाऱ्या एकूण उत्पन्नापैकी ८७ टक्के उत्पन्न फक्त आंध्र प्रदेश या राज्यामधून मिळते. गोड्या पाण्यातील कोळंबी निर्यातक्षम व अधिक नफा देणारी असल्यामुळे संवर्धन क्षेत्रामध्ये वाढ होत आहे. महाराष्ट्रामध्ये, प्रामुख्याने पश्चिम महाराष्ट्रामध्ये सतत ऊस शेतीमुळे क्षारपड झालेल्या जमिनीमध्ये कोळंबी संवर्धन यशस्वीरीत्या केले जात आहे.

पिंजरा संवर्धन (केज कल्चर) व पेन संवर्धन प्रकारचे नवीन तंत्रज्ञान शेतकऱ्यांपर्यंत पोहोचल्यास जलाशयामधून मिळणाऱ्या उत्पादनामध्ये फार मोठ्या प्रमाणात वाढ होईल. जलाशयातील मत्स्य संवर्धनापासून मिळणारे उत्पादन १० ते ५० किलो प्रति हेक्टर एवढे आहे. आंध्र प्रदेश या राज्यात जलाशयामधून मिळणारे उत्पादन प्रति हेक्टरी २०० ते ३०० किलो एवढे आहे. या धर्तीवर इतर राज्यांचा मत्स्य विकास केल्यास एकूण मत्स्योत्पादनामध्ये काही पटीने वाढ होऊ शकते.

भारतीय प्रमुख कार्पव्यतिरिक्त हवेतील प्राणवायू श्वसन करणारे कॅटफिश उदाहरणार्थ, मागूर, पंगस, मरळ इत्यादी जातीच्या माशांचे संवर्धन अधिक आर्थिक उत्पन्न मिळवून देणारे आहे. हवेतील प्राणवायू श्वसन करणाऱ्या कॅटफिश जातीच्या माशांच्या संवर्धनासाठी कमी कालावधी लागतो.

स्थानिक बाजारपेठेमध्येही कॅटफिश माशांना भारतीय प्रमुख कार्प माशांच्या तुलनेत अधिक भाव मिळतो. कॅटफिश माशांचे कृत्रिम मत्स्य तळ्यामध्ये संवर्धन करण्यासाठी सर्वात मोठी अडचण म्हणजे योग्य प्रतीचे बीज उपलब्ध होणे. याकरिता मत्स्य प्रजनन क्षेत्रामध्ये झालेल्या संशोधनानुसार, हॅचरीमधून कॅटफिश माशांचे मत्स्यबीज उत्पादन घेतले जाऊ शकते. अशा प्रकारचे मत्स्यबीज उत्पादन केंद्र पश्चिम बंगाल, आंध्र प्रदेश, तमिळनाडू, छत्तीसगढ अशा काही मोजक्याच राज्यांमध्ये उपलब्ध आहेत.

भारतामध्ये शोभिवंत माशांच्या संवर्धनाकरिता फार मोठ्या प्रमाणात वाव आहे. आपल्याकडील नैसर्गिक जलस्त्रोतांमध्ये अशा १०० भारतीय शोभिवंत रंगीत माशांच्या जाती आढळतात. त्यांना आंतरराष्ट्रीय बाजारपेठेमध्ये प्रचंड मागणी आहे. रंगीत माशांचे लघु, मध्यम व मोठे प्रकल्प उभारण्याकरिता सागरी पदार्थ निर्यात प्राधिकरण, मुंबई व राष्ट्रीय मत्स्य विकास महामंडळ, हैदराबाद या संस्थेद्वारे अर्थसाहाय्य दिले जाते.

गोड्या पाण्यातील व खाऱ्या पाण्यातील शिंपल्यांपासून मोती संवर्धन, खेकडा संवर्धन, समुद्री वनस्पतींचे संवर्धन, समुद्रामध्ये पिंजरा संवर्धन इत्यादी प्रकारच्या संवर्धनामध्येही लक्षणीय वाढ होत आहे. मत्स्य संवर्धन हे एकात्मिक पद्धतीने भातशेती, कुक्कुटपालन, वराहपालन, रेशीम शेती इत्यादी व्यवसायांसोबतदेखील केले जाते.

मासे व इतर जलचर जीवांचे मानवी आहारामध्ये फार मोठे महत्त्व आहे. माशांपासून स्वस्त दरामध्ये प्रथिने, मुबलक प्रमाणात जीवनसत्त्वे व अन्य मूलद्रव्ये उपलब्ध होतात. देशामध्ये १४ दशलक्ष लोक मत्स्य व्यवसायाशी निगडित आहेत. आधुनिक तंत्रज्ञानाचा अवलंब केल्यास मत्स्य व्यवसायापासून बेरोजगारी, कुपोषण, राहणीमानाचा दर्जा इत्यादींमध्ये सुधारणा घडू शकते.

मत्स्य व्यवसाय क्षेत्रामध्ये संशोधन व शिक्षण कार्य करण्याकरिता देशामध्ये अनेक संस्था कार्यरत आहेत. त्यापैकी महाराष्ट्रात केंद्रीय मत्स्यशिक्षण संस्था, मुंबई; मत्स्य महाविद्यालय, रत्नागिरी; मत्स्य विज्ञान महाविद्यालय, उदगीर व मत्स्य विज्ञान महाविद्यालय, नागपूर या संस्थांचा समावेश होतो.

भारतामध्ये मुबलक प्रमाणात मत्स्यशेतीकरिता गोड्या पाण्याचे जलाशय उपलब्ध आहेत. गोड्या

पाण्याचे हे जलसाठे पूर्णत: मत्स्यशेतीसाठी वापरात आणले जात नाहीत. परिणामी, गोड्या पाण्यापासून मिळणारे मत्स्योत्पादन अन्य देशांच्या तुलनेत कमी आहे. सद्य:परिस्थितीत, गोड्या पाण्यातील जलाशयांमधून मिळणारे प्रति वर्षी उत्पन्न– छोट्या जलाशयांमधून ५० किलो प्रति हेक्टर, मध्यम जलाशयांमधून १२.३० किलो प्रति हेक्टर व मोठ्या जलाशयांमधून ११.४३ किलो प्रति हेक्टर एवढेच आहे. पिंजरा संवर्धनासारखे तंत्रज्ञान गोड्या पाण्यातील मत्स्यशेतीसाठी वापरल्यास एकूण म त्स्योत्पादन वाढीसाठी मदत होऊ शकते.

स्वयंरोजगार व व्यवसायाच्या संधी

मत्स्य व्यवसायात परिश्रमाबरोबरच तांत्रिक ज्ञानाची सांगड घातल्यास हा व्यवसाय चांगल्या पद्धतीने करता येऊ शकतो. याच बरोबरीने मत्स्यबीज पुरवठा, मत्स्य संवर्धन, शोभिवंत माशांचे संवर्धन आणि सकस मत्स्य खाद्य निर्मिती अशा उद्योगांना चांगली संधी उपलब्ध होऊ शकते.

राज्यात अनेक ठिकाणी लघु व मोठे मत्स्य तलाव तसेच शेततळी बांधण्यात आलेली आहेत. यामध्ये मत्स्यशेतीला चांगला वाव आहे. चांगल्या प्रतीचे बीज योग्य वेळी, योग्य प्रमाणात उपलब्ध होणे, ही मत्स्यसंवर्धनातील यशाची गुरुकिल्ली आहे. राज्यात मत्स्य व्यवसाय वाढत आहे. त्याचबरोबर मत्स्यबीजांचीही मागणी दिवसेंदिवस वाढत आहे. हे बीज महाराष्ट्रात व भारतात मत्स्यबीज उत्पादन केंद्रातून सहजरीत्या उपलब्ध होते. हे बीज मत्स्यशेती करणाऱ्या इच्छुकांपर्यंत पोहोचवून स्वयंरोजगाराचे चांगले साधन उभे करता येऊ शकते.

राज्यात अनेक लघु व मोठी धरणे आहेत. या धरणांमध्ये कटला, रोहू व मृगल या जातींच्या माशांचे संवर्धन होऊ शकते. यासोबत गोड्या पाण्यातील झिंगेदेखील वाढवता येतात. लघु तसेच मोठे तलाव आपणास मत्स्य सोसायटी स्थापन करून मत्स्य विभागाकडून भाडेतत्त्वावर उपलब्ध होऊ शकतात. रोहू, कटला, मृगल व गोड्या पाण्यातील झिंगे यांना बाजारात अतिशय चांगली मागणी असते. या माशांच्या व झिंग्यांच्या संवर्धनाचा कालावधी एक वर्षाचा असतो. या माशांची व झिंग्यांची योग्य त्या पद्धतीने धरणांमध्ये वाढ झाल्यास त्यास बाजारात चांगली किंमत मिळते. हा व्यवसायदेखील स्वयंरोजगाराचे चांगले साधन बनू शकेल.

मूल्यवर्धित मत्स्य पदार्थ बनवणे

कमी दर्जाच्या व स्वस्त मासळीपासून विविध पदार्थ बनवता येतात. त्यात प्रामुख्याने मत्स्य शेव, मत्स्य चकली, मत्स्य वडा व कोळंबी लोणचे इत्यादी पदार्थ बनवले जाऊ शकतात. महिला बचत गट हे पदार्थ बनवून हॉटेल्स, मॉल्स व घराघरांपर्यंत पोहोचवून विकू शकतात. हे पदार्थ बनवण्याचे प्रशिक्षणसुद्धा उपलब्ध आहे.

मॉल्समधून मासे विकणे

काही शहरांत मॉल्समध्ये 'चिकन आणि मासे विक्री विभाग' उघडले गेले आहेत. या विभागांमध्ये

विविध प्रकारचे मासे व विविध मत्स्य पदार्थ विकले जातात. अशा मॉल्समध्ये मासे किंवा मत्स्य पदार्थ विक्रीसाठी पाठवणे, तसेच हा विभाग भाडेतत्त्वावर (मॉल्सच्या नियमानुसार) चालवावयास घेतल्यास अतिशय चांगला रोजगार उपलब्ध होऊ शकतो.

सकस मत्स्य खाद्य निर्मिती

मत्स्य संवर्धनात सर्वात खर्चीक; परंतु खूप महत्त्वाची बाब असते, ती म्हणजे मत्स्य खाद्य. माशांची वाढ जोमाने व्हावी, असे प्रत्येक मत्स्यपालन करणाऱ्या इच्छुकांना वाटत असते. त्यासाठी माशांना सकस व पचनास सोपे असणारे जीवनावश्यक अन्नघटक असणारे खाद्य लागते. यामध्ये प्रथिने, कर्बोदके, जीवनसत्त्वे अशा पोषणयुक्त घटकांपासून खाद्य बनवता येते. हे खाद्य मत्स्यशेती करणाऱ्या इच्छुकांना विकल्यास रोजगार उपलब्ध होऊ शकतो.

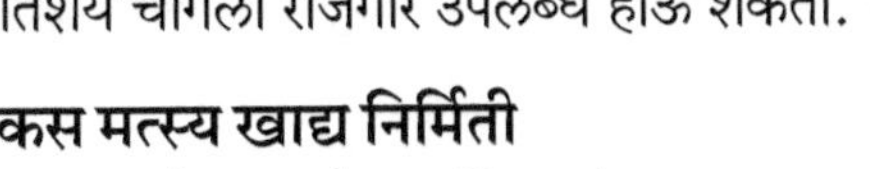

शेततळ्यातील मत्स्य संवर्धन

शेतीला पाणी देण्यासाठी राज्यात मोठ्या प्रमाणात शेततळी बनवली आहेत. शेततळ्यांमध्ये मत्स्यजिरे सोडून त्यांना बोटुकलीपर्यंत वाढवून ती विकता येतात. शेततळ्यांमध्येही चांगल्या प्रकारे वाढणाऱ्या मत्स्य जाती उपलब्ध आहेत.

पिंजऱ्यातील मत्स्य संवर्धन

पिंजरा संवर्धन पद्धतीद्वारेदेखील मत्स्यशेती केली जाऊ शकते. शेतकऱ्यांना आधार मिळावा म्हणून पिंजऱ्यातील मत्स्यशेती हा व्यवसाय पुढे येत आहे. पिंजरा हा तळ्यात किंवा धरणांमध्ये ठेवला जातो. पिंजरा पद्धतीत मासे चांगले वाढल्याचे दिसून आले आहे. पिंजऱ्यात माशांची उत्पादनक्षमता १० ते २० पटीने वाढते. पिंजरा बांधणी हे तळे खोदण्यापेक्षा कमी खर्चीक आहे.

खाऱ्या पाण्यातील मासळी व झिंगे पुरवठा

बरेच लोक खाऱ्या पाण्यातील मासे किंवा झिंगे खाण्यासाठी इच्छुक असतात. पण हे मासे किंवा झिंगे फक्त समुद्रकिनारीच मोठ्या प्रमाणात उपलब्ध होत असतात. तेव्हा, खाऱ्या पाण्यातील मासे किंवा झिंगे ज्या भागात मिळत नाहीत (शहरांमध्ये), अशा ठिकाणी खाऱ्या पाण्यातील माशांना व झिंग्यांना खूप मागणी असते. त्या ठिकाणी खाऱ्या पाण्यातील माशांचा व झिंग्याचा पुरवठा होऊ शकतो किंवा अशा शहरांमध्ये खाऱ्या पाण्यातील मासळी केंद्रांची दुकाने उघडली जाऊ शकतात. त्यासोबतच मासे किंवा झिंगे यांचा लहान किंवा मोठ्या हॉटेल्समध्ये पुरवठा केल्यास रोजगाराचे चांगले साधन उपलब्ध होऊ शकते.

शोभिवंत माशांचे संवर्धन

गोड्या पाण्यात शोभिवंत माशांचे संवर्धन करता येते. यासाठी गोल्डफिश, एंजल, मोली, गप्पी इत्यादी या शोभिवंत माशांचे संवर्धन करता येते. या माशांचे बीज घेऊन ते योग्य आकाराच्या तळ्यात सोडल्यास तीन ते चार महिन्यांत बाजारात विक्रीसाठी उपलब्ध होते. शहरी बाजारपेठेत शोभिवंत माशांच्या बीजास चांगली किंमत मिळू शकते, तसेच शोभिवंत माशांना राष्ट्रीय व आंतरराष्ट्रीय बाजारपेठेत अतिशय चांगली मागणी आहे. मत्स्य टाकीला घर, हॉटेल, महाविद्यालये, दवाखाने व मॉल्स अशा ठिकाणी मोठ्या प्रमाणात मागणी असते. या व्यवसायातून चांगला मोबदला मिळू शकतो. महिला बचत गट व बेरोजगार तरुण हा व्यवसाय अतिशय नियोजनबद्ध पद्धतीने करू शकतात.

२

गोड्या पाण्यातील मत्स्य संवर्धनासाठी आवश्यक घटक

मत्स्य संवर्धनासाठी पाण्याची गुणवत्ता अत्यंत महत्त्वाची व आवश्यक आहे. पाण्यात मिसळलेले विविध घटक योग्य नसल्यास मत्स्य संवर्धनाला बाधा होऊ शकते. पाण्यात असलेल्या अयोग्य घटकांचे प्रमाण हे माशांच्या योग्य वाढीवर परिणाम करू शकते. पाण्यातील वातावरणात वाढणाऱ्या जीवजंतूंच्या श्वासोच्छ्वासाकरिता व प्रकाश संश्लेषणाकरिता लागणारे प्राणवायू व कार्बन डायऑक्साईड हे उपयुक्त घटक पाण्यात योग्य प्रमाणात असणे आवश्यक असते. तळ्यातील वातावरण माशांसाठी अन्न व संरक्षणाचे कार्य पार पाडते. तळ्यातील वातावरणात माशांच्या वाढीसाठी मातीचा आवश्यक दर्जा ठेवणे व पाण्याच्या गुणवत्तेचे विश्लेषण करणे अति गरजेचे असते.

तळ्यातील मत्स्य संवर्धनात मातीच्या व पाण्याच्या भौतिक, रासायनिक घटकांचा परिणाम पाण्यातील वातावरणावर होत असल्यामुळे पाण्यात असलेल्या भौतिक, रासायनिक व जैविक घटकांच्या सहभागाबद्दल आपल्याला माहीत असणे जरुरीचे आहे. त्यामुळे तळ्यातील मत्स्य पालनात उत्पादन वाढवून पाण्यातील वातावरणाचा समतोल राखू शकतो.

अ) भौतिक गुणधर्म

- **तळ्याची खोली**

फायदेशीर मत्स्य संवर्धनासाठी तळ्याची खोली महत्त्वाची आहे. समतोल खोली ज्याप्रमाणे माशांच्या वाढीसाठी महत्त्वाची आहे, त्याचप्रमाणे माशांना प्राणवायू पुरवण्यातही ती महत्त्वाची भूमिका बजावते.

मत्स्य तलाव अति उथळ असला तर सूर्यकिरणांमुळे पाण्याचे तापमान वाढून तळ्यात गरजेपेक्षा जास्त प्लवंग वाढ होते. या बाबी संवर्धनासाठी योग्य नाहीत. तळ्याची खोली ही दीड मीटरपेक्षा कमी असल्यास तळ्यातील पाण्याचे तापमान उन्हाळ्यात अति उष्ण व थंडीमध्ये अति थंड होते. परिणामी, माशांच्या जगण्याचे प्रमाण व वाढ खुंटते. तळ्याची खोली व पाण्याची खोली तीन मीटरपेक्षा जास्त असते तेव्हा माशांच्या वाढीवर विपरीत परिणाम होतो. अशा तळ्यामध्ये प्रकाश संश्लेषण कमी होऊन तळ्याची उत्पादनक्षमता कमी होते.

तळ्याची खोली दोन ते तीन मीटर असल्यास उत्पादनक्षमता वाढते, तसेच तळ्यातील वातावरणात संतुलन राहण्यास मदत होते.

- **तापमान**

तळ्यातील पाण्याचे तापमान माशांच्या जगण्यासाठी व वाढीसाठी महत्त्वाचे असते. मत्स्य तळ्यातील पाण्याचे तापमान २४° ते ३०° सेल्सिअस असेल तर जवळपास सर्व माशांच्या जातींची योग्य वाढ होते.

वाढलेल्या तापमानामुळे माशांच्या जीवनचक्रावर व शारीरिक वाढीवर विपरीत परिणाम होतो. तापमानात ऋतूप्रमाणे बदल होऊन त्याचा परिणाम माशांच्या पचनशक्तीवर होतो. तापमानात जास्त उतार व चढाव झाले तर पाण्यातील जैविक घटकांवर त्याचा वाईट परिणाम होतो.

■ **गढूळता**

मत्स्य संवर्धनात पाण्याची गढूळता म्हणजे सूर्यकिरण पाण्यात किती अंतरापर्यंत पोहोचतात याचे मोजमाप. तळ्यातील पाण्याची गढूळता दोन प्रकारात मोडते : मातीयुक्त गढूळता व प्लवंगयुक्त गढूळता. मातीयुक्त गढूळता ही कायम स्वरूपाची नसते. अशी गढूळता तात्कालिक पावसामुळे किंवा प्रदूषणामुळे होऊ शकते. स्थायी प्रकारची गढूळता ही मातीच्या गुणवत्तेवर अवलंबून असते. मातीमुळे आलेला गढूळपणा प्रकाश संश्लेषणात अडथळा आणतो.

प्लवंग गढूळता मत्स्य संवर्धनासाठी उपयुक्त आहे. प्लवंगाची गढूळता ३० ते ४० सेंमी एवढी असावी. मत्स्य तळ्यातील पाणी कधीही नितळ स्वच्छ असू नये. दोन फुटांच्या खालचे तळभाग स्पष्ट दिसत असतील किंवा तळ्यातील खालचा भाग दिसत असेल तर प्लवंगाची उत्पत्ती निकृष्ट दर्जाची होते. पर्यायाने मत्स्योत्पादन कमी मिळते. पाण्याचा हिरवा रंग वनस्पती प्लवंग दाखवतो, तर तपकिरी किंवा बदामी रंग प्राणी प्लवंग दाखवतो. मातकट, चहासारखा रंग पाण्यातील मातीच्या सूक्ष्म कणांची उपस्थिती दर्शवतो. प्लवंग गढूळता सेच्ची डिस्क (Secchi Disc)च्या साहाय्याने मोजता येते.

■ **प्रकाश**

सूर्यप्रकाश पाण्यातील जीवनसृष्टीसाठी ऊर्जास्रोत आहे. प्रकाशाची तीव्रता आणि प्रकाश समय हा पाण्यातील वनस्पतींच्या वाढीसाठी उपयुक्त ठरतो. त्याचबरोबर प्राण्यांच्या वाढीवरसुद्धा त्याचा परिणाम होतो. पाण्याच्या आतमध्ये जाण्याची प्रकाशाची तीव्रता पाण्याच्या गढूळपणावर अवलंबून असते. सूर्यकिरण पूर्णपणे पाण्यात प्रवेश करत नसून त्याचा काही भाग पाण्याच्या तळापर्यंत पोहोचतो, तर बाकीचा भाग परावर्तीत होतो. सूर्यकिरण पाण्यापासून परावर्तीत होण्यासाठी सूर्याच्या किरणांचा पाण्याबरोबर होणारा कोन, ऋतू व दिवसांचे तास हे घटक महत्त्वाचे असतात.

माशांच्या शारीरिक व प्रजनन वाढीवर

प्रकाशवेळेचा परिणाम होत असल्यामुळे मत्स्य संवर्धनामध्ये त्याला फार महत्त्व आहे. उत्कृष्ट मत्स्योत्पादनासाठी १,००० ते ८,००० लक्स (Lux) प्रकाश आवश्यक असतो.

सूर्यप्रकाशामुळे सूक्ष्म व मोठ्या वनस्पतींची वाढ होत असते. सावली असलेल्या मत्स्य तळ्यांपेक्षा चांगला सूर्यप्रकाश असलेल्या मत्स्य तळ्यात माशांची वाढ लक्षणीय असते.

ब) रासायनिक गुणधर्म

■ **पोषकद्रव्ये (माशांच्या वाढीसाठी उपयुक्त रासायनिक घटक)**

तळ्यातील माशांची आणि वनस्पतींची वाढ पाण्याच्या रासायनिक गुणधर्मांवर अवलंबून असते. त्या दृष्टीने पाणी पोषक द्रव्याने परिपूर्ण असणे गरजेचे ठरते. पाण्यात असणारी पोषकद्रव्ये जमिनीशी येणाऱ्या संपर्कातून येत असतात. जमिनीत या द्रव्यांची तूट असेल तर खते घालून ती भरून काढता येते. तेव्हा, पोषक द्रव्यांची उपस्थिती पाहण्यासाठी तळ्यातील पाण्याचे नमुने घेऊन प्रयोगशाळेत परीक्षण करावे लागते. त्यानुसार फॉस्फेट, नायट्रेट इत्यादी खतांची योग्य मात्रा ठरवता येते.

■ **प्राणवायू**

प्राणवायू हा जलाशयातील अतिशय महत्त्वाचा घटक आहे. हा घटक माशांना श्वसनासाठी आवश्यक आहे. वातावरणापेक्षा पाण्यामध्ये प्राणवायूचे प्रमाण फार कमी असते. प्राणवायूचे प्रमाण हे पाण्याच्या तापमानावर अवलंबून असते. माशांच्या चांगल्या वाढीसाठी मत्स्य तळ्यात पाच ते सहा मिलीग्रॅम प्रति लीटर प्राणवायू असणे आवश्यक आहे.

प्रकाश संश्लेषण, मिश्रित झालेले पाण्यातील सूक्ष्मजीव, तापमान व वातावरणाचा दाब या घटकांवर पाण्यातील प्राणवायूची क्षमता अवलंबून असते. ढगाळ वातावरण, जैविक द्रव्यांचे विघटन या घटकांमुळे पाण्यातील प्राणवायू कमी होतो. तसेच, पाण्याचे तापमान वाढले तर पाण्यात विरघळत असलेल्या प्राणवायूचे प्रमाण कमी होते.

■ **कार्बन डायऑक्साईड (CO_2)**

सर्व नैसर्गिक जलजीवनात मुक्त कार्बन डायऑक्साईड हा वायू मिळतो. पाण्यात १५ ते २० पीपीएम कार्बन डायऑक्साईड वायू विरघळलेल्या स्वरूपात असला तरी माशांच्या जीवनावर त्याचा काहीही फरक पडत नाही. पण, हे प्रमाण अति झाले तर ते मत्स्य जीवनासाठी फार घातक ठरू शकते. जास्त कार्बन डायऑक्साईड वायू रक्ताची प्राणवायू वहन करण्याची क्षमता कमी करते. वातावरण व जैविक द्रव्यांचे विघटन हे कार्बन डायऑक्साईडसाठी उगमस्थान आहेत.

■ **सामू (पीएच)**

पाण्यातील कार्बन डायऑक्साईड व इतर विरघळलेले घटक यांवर गोड्या पाण्याचा सामू अवलंबून असतो. कार्बन डायऑक्साईड वायू व पाणी यांची रासायनिक प्रक्रिया होऊन त्याचे कार्बोनिक आम्ल तयार होते. या आम्लाची पुन्हा कॅल्शिअम कार्बोनेटबरोबर प्रक्रिया होऊन कॅल्शिअम बायकार्बोनेट तयार होते. प्रकाश

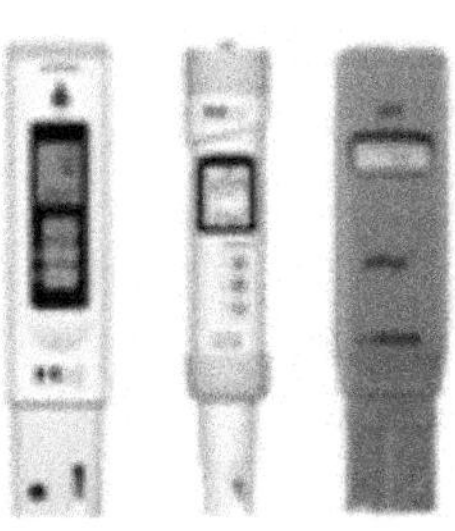

संश्लेषणामध्ये कार्बन डायऑक्साईड कमी झाला तर पाण्यातील कार्बन बायकार्बोनेट कमी होऊन पाण्याचा सामू ८.०च्या वर जातो. पण, रात्रीच्या वेळी श्वसनामुळे व जैविक द्रव्यांच्या अपघटनामुळे कार्बन डायऑक्साईड वाढला तर सामू ५.० पेक्षा कमी होतो.

मत्स्य तळ्यात सामूचा निर्देशांक ७.५ ते ८.५ असेल तर माशांची वाढ उत्तम होते. मात्र, सामू निर्देशांक ६.० पेक्षा कमी आणि ९.० पेक्षा जास्त झाला तर माशांच्या वाढीवर त्याचा विपरीत परिणाम होतो. पाण्याचा सामू योग्य मात्रेत ठेवण्यासाठी चुन्याचा वापर करतात.

क) जैविक घटक

■ प्लवंग

मत्स्य तळ्यातील प्लवंग, वनस्पती-प्लवंग व प्राणी-प्लवंग अशा दोन प्रकारांत मोडतो. वनस्पती-प्लवंग व प्राणी-प्लवंग हे मत्स्यवाढीच्या दृष्टीने महत्त्वाची भूमिका बजावतात. भरघोस मत्स्य उत्पादनासाठी प्लवंगाची संख्या व त्यांचे विविध प्रकार योग्य प्रमाणात असणे गरजेचे असते. प्लवंग हे मत्स्यबीजाचे प्राथमिक अन्न असते. म्हणून मत्स्य तळ्यात मुबलक प्लवंग तयार झाल्यानंतरच मत्स्यबीजांची साठवणूक करतात.

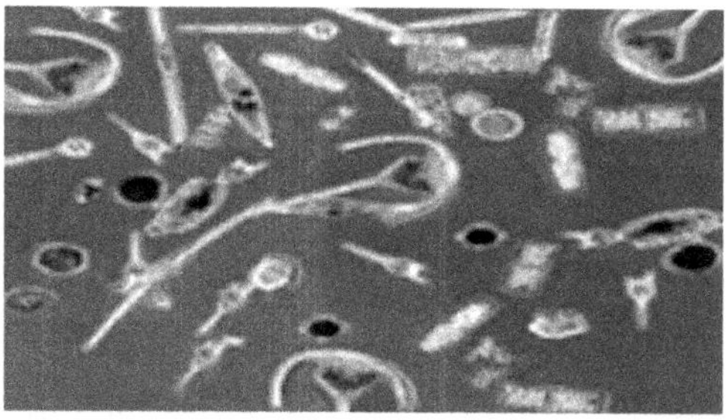

३

तळ्यासाठी जागेची निवड, तळ्याची रचना आणि तळ्याचे बांधकाम

भारताची भौगोलिक परिस्थिती आणि हवामान कृषी व इतर कृषिपूरक व्यवसायांच्या दृष्टीने अनुकूल असल्यामुळे भारत देश कृषिप्रधान समजला जातो. प्रचंड वाढलेली लोकसंख्या विचारात घेता, पुरेशा प्रमाणात अन्न मिळवणे– त्यातही प्रथिनयुक्त सकस अन्न मिळवणे ही समस्या आहे. तळ्यातील माशांसाठी अनुकूल असे वातावरण तयार करून त्यात निवडक माशांची पिल्ले सोडून, त्यांची वाढ करून जास्तीत जास्त मत्स्योत्पादन मिळवणे म्हणजे मत्स्य संवर्धन होय. मत्स्य संवर्धन आर्थिक दृष्टीने किफायतशीर व्हावे याकरिता नवीन तंत्राचा वापर करणे व शास्त्रीय पद्धतीने त्यात सुधारणा करत राहणे आवश्यक आहे. कमी जागेत, कमी वेळात जास्त मत्स्योत्पादन व त्यापासून भरघोस अर्थार्जन हा मत्स्यशेतीचा मुख्य हेतू असला पाहिजे. महाराष्ट्रात गोड्या पाण्याचे क्षेत्र अंदाजे तीन लक्ष हेक्टरपेक्षा जास्त आहे. या पाण्याच्या क्षेत्रात वाढणारे मासे व्यावसायिकदृष्ट्या किफायतशीर ठरू शकतात.

मत्स्य संवर्धनासाठी योग्य जागेची निवड आणि तळ्याचे बांधकाम या अत्यंत महत्त्वाच्या बाबी आहेत.

मत्स्य संवर्धनासाठी जागेची निवड

जागेची निवड करताना पुढील गोष्टी विचारात घ्याव्यात :

अ) जमिनीची प्रत : ज्या जागेत तळे बांधावयाचे आहे तेथील जमीन पाणी धरून ठेवणारी, म्हणजेच जिच्यातून पाणी झिरपून जाणार नाही अशी हवी. पाणी धरून ठेवणारी माती तळाशी तर हवीच; शिवाय, तळ्याच्या बांधाची मातीही पाणी धरून ठेवणारी असावी.

जेथे मत्स्य संवर्धनासाठी तलाव बनवायचा आहे तेथे चार ते पाच ठिकाणी १ मीटर लांब, १ मीटर रुंद, २ मीटर खोल आकाराचे निरीक्षण खड्डे करावेत. म्हणजे खाली असलेल्या जमिनीची प्रत कशी आहे, ते कळते. शिवाय, अशा खड्ड्यात पाणी भरून ते किती काळ टिकते याचा दोन ते तीन वेळा अनुभव घ्यावा. म्हणजे जमिनीची पाणी धरून ठेवण्याची क्षमता कळेल.

ब) जमिनीच्या मातीचे प्रकार : चिकण माती, गाळाची किंवा काळी माती हे मातीचे प्रकार मत्स्य संवर्धनासाठी उत्कृष्ट ठरू शकतात. रेती किंवा मुरुम मिश्रित जमिनीत पाणी धरून ठेवण्याची क्षमता नसल्याने अशा जमिनीचा फारसा उपयोग होत नाही. अशा ठिकाणी मत्स्य तळे केल्यास पाण्याची पातळी टिकवून ठेवता येत नाही आणि शेतकऱ्यालाही त्याचा लाभ होत नाही.

मातीची योग्यता पाहण्याची सोपी पद्धत म्हणजे

ओल्या मातीचा गोळा घ्यावा, तो खूप मळावा. तो सुकलेला घट्ट गोळा पुन्हा दोन्ही हातांनी दाबून किंवा हाताळून पाहावा. गोळा फुटून तुकडे पडले नाहीत तर ती माती चांगली समजली जाते.

पाणी झिरपणाऱ्या जमिनीत किंवा मातीत तळे बांधता येते. मात्र, त्यामुळे बांधकामाचा मूळ खर्च वाढू शकतो. अशा तळ्यात तळभागावर बेन्टोनाईट चिखल सबंध तळावर पसरावा लागतो. बेन्टोनाईटचे एकावर एक असे दोन किंवा तीन थर पसरवून खडी दाबण्याच्या यंत्राने किंवा रोलरने (रुळाने) ते तळाशी दाबून बसवावेत. किंवा तळाशी प्लास्टिकचा कागद पसरवून त्यावर मातीचा थर पसरून घ्यावा. यामुळे तळातून पाणी झिरपणे थांबते.

क) जागेची सपाटी : तळ्यातील पाणी सहज भरता व काढता येईल अशी जागेची सपाटी असावी किंवा चढउतार असावा. तळ्याची आखणी करताना जमिनीच्या पृष्ठभागाची म्हणजेच पाणी प्रत्यक्ष साठवण्याच्या क्षेत्रफळाचा विचार करावयाचा असतो. तळ्याच्या तळभागाची सपाटी म्हणजे हळूहळू सखल होत जाणारा भाग मत्स्यशेतीसाठी उपयोगी ठरतो.

ड) पाण्याचा पुरवठा : तळ्याच्या जागेची निवड करताना अत्यंत महत्त्वाची बाब म्हणजे तळे बांधावयाच्या ठिकाणी वर्षभर पाणीपुरवठ्याची सोय असणे. पाणी योग्य त्या प्रमाणात आणि सातत्याने मिळाले पाहिजे. सरोवर, ओढे, नाले, झरे, कालवे, तळ्याच्या, आसपासच्या परिसरातून वाहून आलेले पाणी, विहिरी इत्यादी मार्ग पाण्याच्या पुरवठ्यास उपयोगी ठरतात. या जागेत पाण्याचा योग्य पुरवठा किमान आठ महिने किंवा बारमाही असायला हवा. तळ्यात येणारे पाणी प्रदूषणविरहित असावे.

इ) निवडलेली जागा शक्यतो आम्लधर्मी किंवा अल्कलीधर्मी नसावी. ती साधारणतः अल्कधर्मी असावी. सामू (पीएच)चा निर्देशांक ७.५ ते ८.० एवढा असावा.

ई) तळे बांधण्यापूर्वी क्षेत्रातील पर्जन्यमान, पूरपरिस्थिती, पाण्याचा निचरा, पाणलोट क्षेत्र इत्यादींचा अभ्यास करून त्या ठिकाणी मत्स्य तळे घेता येईल की नाही, हे ठरवावे.

उ) मत्स्य तळ्यापर्यंत जाण्यासाठीचा रस्ता करून घ्यावा.

ऊ) विजेची सोय तळ्याच्या जवळपास उपलब्ध असावी.

ए) जागेची किंमत कमीत कमी असावी.

तळ्याचे बांधकाम

तळ्याचे बांधकाम करताना पुढील बाबींचा विचार करावा :

अ) मत्स्यशेती व तळ्याचे क्षेत्रफळ : किफायतशीर मत्स्यशेतीसाठी सुमारे चार ते पाच हेक्टर क्षेत्रफळाची जमीन आवश्यक आहे. प्रत्येक तळ्याचे क्षेत्रफळ ०.४ ते १.० हेक्टर असावे. असे तळे आर्थिक व तांत्रिकदृष्ट्या अधिक किफायतशीर ठरते.

ब) तळ्याचा आकार व खोली : तळ्याचा आकार वेडावाकडा असू नये. तळ्याचा आकार हा उपलब्ध जागेवर अवलंबून असतो. तळ्याचे बांधकाम चौरस किंवा आयताकृती आकारात करता येईल असे बघावे. बांधकामाच्या खर्चाच्या दृष्टीने चौरस आकाराचे तळे कमी खर्चाचे ठरेल तथापि, आयताकृती तळे माशाच्या जलद वाढीच्या दृष्टीने आणि मासेमारीच्या दृष्टीने सोयीचे पडते, असे अनुभवास आले आहे.

सुमारे १०० मीटर लांब, ४० मीटर रुंद आकाराचे आणि १.५ मीटर खोलीचे मत्स्य तळे तांत्रिकदृष्ट्या अधिक फायदेशीर असतात.

क) तळ्याचा बांध : तळ्यात असलेले पाणी अडवून ठेवण्यासाठी तळ्याच्या भोवती बांध

घालावा. उतारावर किंवा नाल्यावर मुख्य बांध बांधताना काळजी घेणे गरजेचे असते. बांधाची उंची पाण्याच्या इष्टतम पातळीपेक्षा किमान १ मीटर जास्त ठेवावी. बांधाचा गाभा काळ्या मातीने भरावा. बांधाच्या १ मीटर उंचीसाठी १.५ मीटर रुंद बांध उभारावा; म्हणजेच १:१.५ हे उताराचे प्रमाण असावे. बांध घालताना त्यावर रोलर फिरवून तो पक्का करावा.

बांधकाम सुरू करण्यापूर्वी त्या भागातील झाडेझुडपे, वनस्पती समूळ नष्ट कराव्यात. मातीचा वरचा थर झाडांच्या मुळासह उपटून टाकावा. त्याचा उपयोग बांधकामात करू नये. यानंतर खोदकाम पुढे चालू ठेवून मिळणारी माती बांधकामाला वापरता येईल. खोदकाम किती करावयाचे, हे मत्स्यशेतीच्या पद्धतीवर म्हणजेच संगोपन तळे, साठवणूक तळे, वाढीचे तळे किंवा पुनरुत्पादन तळे यावर अवलंबून राहील. बांधाची पायाकडील रुंदी अधिक आणि माथ्याकडील कमी असावी. बांधकाम पूर्ण झाल्यावर तळ सपाट करून घ्यावा. त्यात मोठे खडक अथवा तोडलेल्या झाडांची खोडे तशीच राहिली तर मासेमारीच्या वेळी जाळी त्यात अडकून फाटतील. बांधकाम पूर्ण झाल्यावर प्रथम वरच्या थराची जी माती बाजूला ठेवून दिली होती, ती आता तळावर व बांधाच्या उतारावर टाकून घ्यावी. तिच्यातील सेंद्रिय पदार्थ प्राथमिक उत्पादकतेत महत्त्वाचे आहेत.

खोदकाम सुरू केल्यावर प्रथम निघणारी वरची माती बांधासाठी वापरत नाहीत. कारण त्यात सेंद्रिय पदार्थ असल्यामुळे ती माती वापरल्यास ते पदार्थ कुजून बांध खचू शकतो. बांध बांधताना मातीचे थर क्रमाक्रमाने टाकून तेवढीच माती पाणी टाकून हाताने रोलर (रूळ) फिरवून दाबून बसवावी. त्यानंतर पुन्हा नव्या थरावर पाणी टाकून रोलर फिरवावा. अशा प्रकारे क्रमाक्रमाने वाढवत गेलेला बांध पक्का होतो. तळ्याचे बांध बांधताना पाणी काढून टाकण्यासाठी ड्रेन पाईप, पाणी वाहू नये म्हणून स्पिल-वे अथवा मोरी व तळ्यात पाणी घेण्याचा नळ इत्यादींची योजना करावी लागेल.

तलाव बांधकामाच्या पद्धती

अ) जमिनीच्या पृष्ठभागाखालील बांधकाम पद्धत

आपण ठरवलेल्या जमिनीच्या पातळीच्या खाली माती खणून खड्डा तयार करावा. या प्रकारात खणून काढलेली माती इकडेतिकडे टाकून चालत नाही, तर ती दूर नेऊन टाकावी. अर्थात, अशा तळ्यात पाऊस सुरू झाल्यावर पाणी भरेल किंवा इतर ठिकाणचे

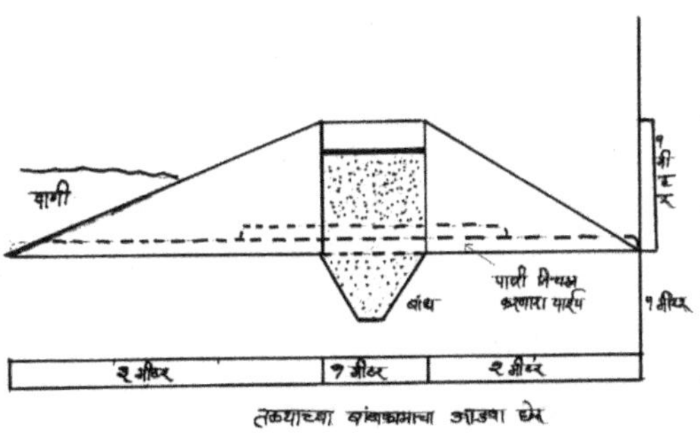

तळ्याच्या बांधकामाचा आडवा छेद

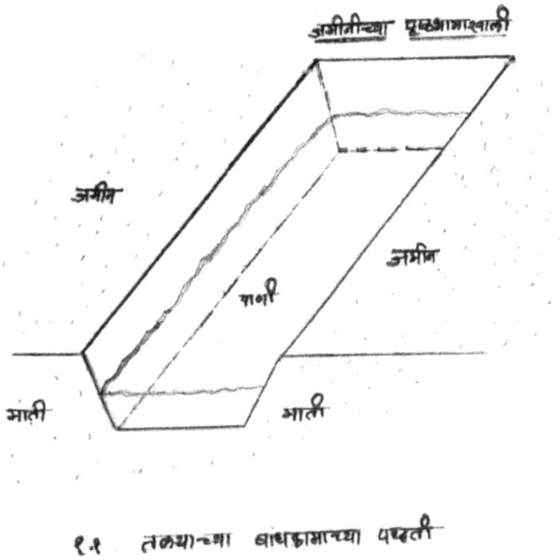

१.१ तळ्याच्या बांधकामाच्या पद्धती

तलावाचा बांध आणि जमिनीच्या पृष्ठभागाखालील बांधकाम पद्धत

पाणी पाईपने सोडावे. या तळ्याच्या पाण्याची पातळी सभोवतालच्या जमिनीच्या पातळीच्या मानाने खाली असावी. तळ्यातील सर्वच पाणी काही कारणाने काढून टाकावयाचे असल्यास पंपाचा वापर करावा. या प्रकारच्या तळ्यातील पाणी झिरपण्यामुळे किंवा सूर्याच्या उष्णतेने बाष्पीभवन झाल्यामुळे कमी कमी होत जाते. नवीन पाणी पुन:पुन्हा घातले नाही तर तळे लवकरच आटून जाऊन पात्र कोरडे पडेल. तेव्हा, या पद्धतीने तळे बांधताना त्या प्रदेशात बारा महिने पाऊस पडत असेल याची खात्री हवी. आणखी एक गोष्ट लक्षात ठेवायला हवी; ती म्हणजे, पावसाळ्यात पाऊस जोरात पडला तर तळे भरून पाणी बाहेर वाहून जाईल, त्यासाठी तळ्याचे बांधकाम भक्कम असावे. तळे खोदताना निघालेली माती दूर वाहून नेण्याचा अधिकचा वाहतूक खर्च गृहीत धरावा लागेल.

ब) जमिनीच्या पृष्ठभागावरील बांधकाम पद्धत

या बांधकाम पद्धतीत परिसरातील जमिनीच्या पृष्ठभागावर सर्वच बाजूने, सामान्यत: चारही बाजूंनी बांध घालावा. यासाठी लागणारी माती अन्य ठिकाणांहून आणावी. माती वाहतुकीचा खर्च गृहीत धरावा. पावसाने किंवा सभोवतालच्या परिसरातून गोळा होणाऱ्या पाण्यामुळे तळे भरल्यावर त्याची पातळी जमिनीच्या पातळीच्या वर राहील. त्यामुळे आवश्यक त्या वेळी पाणी काढून टाकण्याची सोय करावी. यासाठी वेगळ्या पंपाची गरज लागणार नाही.

४

मत्स्य शेतीयोग्य माशांच्या विविध जातींची ओळख

भारतासारख्या विकसनशील देशात मत्स्यशेतीला फार महत्त्व प्राप्त झाले आहे. मत्स्य शेतीयोग्य विविध प्रजाती भारतात संवर्धन केल्या जातात. त्यात प्रामुख्याने इंडियन मेजर कार्प म्हणजेच भारतीय प्रमुख कार्प या प्रजातीच्या माशांना भारतात तसेच भारताबाहेर खूप मागणी आहे. भारतीय प्रमुख कार्प या प्रजातीच्या माशांमध्ये प्रामुख्याने कटला, रोहू आणि मृगल या तीन प्रजाती मोडतात.

भारतीय प्रमुख कार्प

कटला

या माशांचे तोंड वरच्या बाजूला वळलेले असते. म्हणून हा मासा पाण्याच्या पृष्ठभागाला आढळतो. पृष्ठभागावरील अन्न खाणे या माशाला सोपे जाते. या माशाची वाढ खूप झपाट्याने होते. कटला मासा पृष्ठभागातील व काही प्रमाणात मधल्या थरातील प्राणी-प्लवंग खातो. या माशाचे डोके रुंद व मोठे असते. मधले शरीर रुंद व फुगीर असते. हा मासा एका महिन्यात ७.५ ते १० सेंमीपर्यंत वाढू शकतो. पहिल्या वर्षी तो वजनाने १ ते १.५ किलो (लांबी ३८ ते ४६ सेंमी) एवढा वाढू शकतो. या माशाची वाढ १२० सेंमीपर्यंत होऊ शकते. तिसऱ्या वर्षी प्रजननक्षम होणारा मासा जून ते ऑगस्ट महिन्यात– पावसाळ्यात नदीच्या वाहत्या पाण्यात अंडी घालतो. या माशाचे प्रजनन कृत्रिम प्रजोत्पादन पद्धतीनेसुद्धा करता येते

रोहू

हा मासा पाण्यातील मधल्या भागात वाढतो. त्यामुळे तो पाण्यातील मधल्या थरातील अन्न खातो. या माशाची वाढ खूप झपाट्याने होते. हा मासा तळाजवळील अन्न अरुंद व किंचित खाली वळलेल्या तोंडाने खाऊ शकतो. या माशाच्या खाद्यात प्रामुख्याने वनस्पती, प्लवंग, चिखलातील सेंद्रिय अन्नकण व पानवनस्पती येतात.

या प्रजातीच्या माशाचा खालचा ओठ जाडसर व मऊ, तसेच दातेरी किनारीचा असतो. वरच्या जबड्याजवळ दोन लहान मिश्या असतात. माशाचे वजन पहिल्या वर्षी ६०० ते ९०० ग्रॅम भरते. हा मासा ३५ ते ४० सेंमी वाढतो. हा मासा दुसऱ्या वर्षी प्रजननक्षम होतो. याचे प्रजनन कटलासारखे कृत्रिम पद्धतीने करता येते. प्रजनन पावसाळ्याच्या हंगामात नदीच्या वाहत्या पाण्यात होते.

मृगल

हा मासा प्रामुख्याने पाण्याच्या तळभागात आढळतो. पातळ ओठ आणि पुढच्या बाजूला असलेले तोंड यामुळे हा मासा तळ्याच्या तळावरील चिखलातील सेंद्रिय अन्नपदार्थ, पाणवनस्पतींचे तुकडे, शेवाळ, प्राणी-प्लवंग खातो. हा मासा पहिल्या वर्षी साधारण २५ ते ३० सेंमी (वजन ६०० ग्रॅम)पर्यंत वाढतो. दुसऱ्या वर्षाच्या शेवटी प्रजननक्षम होणाऱ्या या माशालाही विणीसाठी कटला व रोहूसारखेच हवामान लागते. कृत्रिम पद्धतीने प्रजनन करणारा हा मासा उपयुक्त असा आहे. सडपातळ शरीराचा हा मासा कटला आणि रोहू एवढा जलद वाढत नाही.

व्यापाराच्या दृष्टीने महत्त्वाचे इतर मासे

चायनीज/एक्झॉटीक कार्प

माशांच्या वर उल्लेख केलेल्या इंडियन मेजर कार्प प्रजातीखेरीज आणखीही बरेच मासे भारतातील हवामानात उत्तम रीतीने वाढतात. यामध्ये प्रामुख्याने चीनमधील सायप्रिनस, गवत्या, चंदेरा माशांचा समावेश होतो.

सायप्रिनस

चीनमधील हा मासा भारतामध्ये श्रीलंकेतून आयात केला आहे. हा मासा भारतातील हवामानाला चांगलाच रुळलेला आहे. या माशांच्या तीन उपप्रजाती आहेत. त्यात प्रामुख्याने स्केल कार्प, मिरर कार्प आणि लेदर कार्प मोडतात.

अ) स्केल कार्प : या माशाचे शरीर खवल्याने संपूर्णपणे झाकलेले असते. त्यांच्यात हिरवट पिवळा, सोनेरी लालसर रंग आढळतो.

ब) मिरर कार्प : या माशावर लहान खवले असतात.

क) लेदर कार्प : या माशाच्या अंगावर खवले नसतात. त्यामुळे त्याची त्वचा उघडी असते.

सायप्रिनस

स्केल कार्प

मिरर कार्प

लेदर कार्प

गवत्या

हा मासा चीनमधून आयात करण्यात आलेला आहे. याला आपण 'ग्रासकार्प' म्हणून ओळखतो. याचे खाद्य प्रामुख्याने पाणवनस्पती व गवत आहे. या माशांच्या उपयोग तलावात वाढणारे गवत नियंत्रित करण्यासाठी करण्यात येतो.

संवर्धनासाठी मिश्र स्वरूपातील अन्नघटक खाणारे काही मासे

काही मांसभक्षक मासे व्यापारीदृष्ट्या महत्त्वाचे असतात. त्यात प्रामुख्याने मरळ, मागूर, शिंगी, कोई इत्यादी मासे येतात.

मरळ

पृष्ठपर व गुदपर लांब असणारे तसेच शेपटीचा पर गोलाकार असलेले हे मासे खाण्यास रुचकर म्हणून ओळखले जातात. यांच्या डोक्याचा आकार सापाच्या डोक्यासारखा असतो. हे मासे हवेतील प्राणवायू घेऊ शकतात, त्यामुळे जिवंत स्थितीत विक्रीस पाठवता येतात. हा मासा १२० सेंमीपर्यंत वाढू शकतो. हा मांसभक्षक असल्याने इतर जातींच्या माशांबरोबर याचे संवर्धन करत नाहीत.

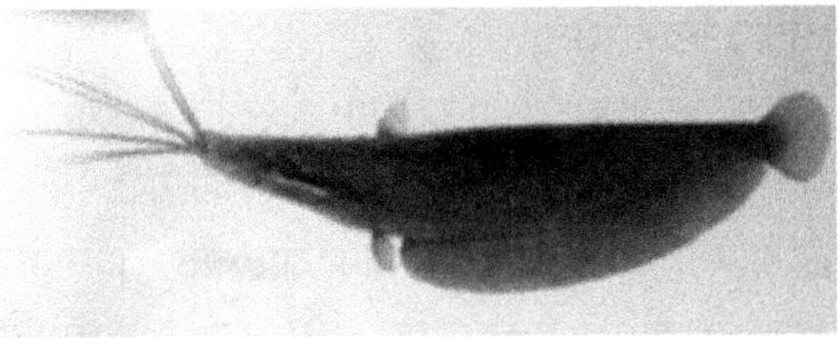

मागूर

हिरवट तांबूस रंगाच्या या माशाचे डोके चपटे असते. याचा पृष्ठभाग लांब असतो. तसेच गुदपर लांब असते. हा कॅटफीश प्रजातीचा मासा आहे. हे मासे हवेतील प्राणवायू घेऊ शकतात. या माशाला बाजारात चांगली मागणी आहे.

पंगस

या माशाचे डोळे छोटे असतात. शरीर दबलेले असते. शेपटाकडचा भाग पिवळसर रंगाचा असतो.

शिंगी

कॅटफीश प्रजातीत मोडणारा हा मासा तोंडाभोवतीच्या मिश्यांमुळे ओळखला जातो. त्याचा पृष्ठपर लहान तर गुदपर लांब असतो. शेपटी गोलाकार असते. अंगावर खवले नसतात. हा मासा ३० सेंमीपर्यंत वाढतो.

गिफ्ट टिलापिया

मत्स्य तळ्यामध्ये एकलिंगी टिलापिया माशांचे संवर्धन करणे फायदेशीर ठरते. एकलिंगी गिफ्ट टिलापिया मासे जलद गतीने वाढतात व त्यांचे आकारदेखील एकसारखे मिळतात. बारमाही तलावात तीन वेळा गिफ्ट टिलापिया माशांचे संवर्धन करणे शक्य आहे. स्थानिक बाजारपेठेत या माशाला चांगली मागणी आहे.

टिलापिया माशाला 'पाण्यातील चिकन' असे देखील म्हटले आहे. टिलापिया माशाची जात जलद गतीने वाढते.

५

तळ्यातील मत्स्य संवर्धनाच्या विविध पद्धती

असुधारित मत्स्य संवर्धन पद्धत

- या पद्धतीमध्ये मासे नैसर्गिकरीत्या उपलब्ध खाद्य खातात. पारंपरिक मत्स्यपालनामध्ये कमी खर्चीक सेंद्रिय व असेंद्रिय खते तसेच गोबरगॅस तयार करताना मिळालेल्या शेणखताचा वापर काही प्रमाणात होतो.
- मत्स्य बोटुकलीचे संचयन करण्याआधी तळ्यामधील परभक्षी मासे अथवा इतर प्राणी जाळ्याचा वापर करून काढून घ्यावेत. कार्प प्रजातीच्या माशांच्या बोटुकलीचा वापर संवर्धनासाठी करावा. बोटुकली संचयन घनता कमी ठेवावी; म्हणजेच ४००० बोटुकली प्रति हेक्टर एवढी ठेवावी.
- या पद्धतीमध्ये माशांना कृत्रिम पूरक खाद्य देण्याची व्यवस्था नसते. मिळणारे उत्पादन हे बहुतांश नैसर्गिक खाद्यावरच अवलंबून असते. दर १५ दिवसांनी तळ्यात समानतेने विभागणी करून शेणखत द्यावे. त्याचे प्रमाण १० टन प्रति हेक्टर प्रति वर्ष इतके असावे. त्यामुळे वनस्पती-प्लवंगाची अधिक निर्मिती होऊन माशांचे अधिक उत्पादन मिळते.

निमसुधारित मत्स्य संवर्धन पद्धत

- विविध ठिकाणी वेगवेगळ्या हवामानात या पद्धतीचा वापर होतो. या पद्धतीमध्ये खतांच्या वापराबरोबर पूरक कृत्रिम खाद्य देखील माशांना पुरवले जाते.
- या पद्धतीमध्ये तळ्याची पूर्वतयारी, संचयन घनता, खतांचा पुरवठा, नियमित कृत्रिम खाद्य या बाबी महत्त्वाच्या असतात. कृत्रिम खाद्य– उदाहरणार्थ, शेंगदाणा पेंड, भाताचा कोंडा, सोयाबीन पेंड, गव्हाचे पीठ इत्यादी– यांच्या मिश्रणात प्रथिनांचे प्रमाण २५ ते २७ टक्के राहील, याची काळजी घ्यावी.
- तळ्याची खोली साधारण १.५ ते २ मीटर असावी. मत्स्य बोटुकलीची संचयन घनता ५,००० ते ७,५०० प्रति हेक्टर एवढी ठेवावी. बोटुकली वजनाने १० ते १५ ग्रॅमपर्यंत असावी. या पद्धतीमध्ये तळ्याचे क्षेत्र अर्धा हेक्टरपर्यंत ठेवता येते.

सुधारित मत्स्य संवर्धन पद्धत

- या पद्धतीमध्ये कमी जागेत माशांचे जास्त उत्पादन मिळण्यासाठी माशांची संचयन घनता अधिक ठेवून माशांना जास्त प्रमाणात पूरक कृत्रिम खाद्य पुरवले जाते.
- माशांना व्यवस्थित प्राणवायू मिळण्यासाठी या पद्धतीत एरिएटरदेखील वापरले जाते.
- मत्स्य संवर्धनासाठी ०.२ ते ०.४ हेक्टर आकाराचे तळे ठेवावे. मत्स्य बोटुकलीची संचयन घनता १०,००० ते २०,००० प्रति हेक्टर ठेवावी.

तळ्यामध्ये खतांचा वापर

- मत्स्य तळ्यामधील उत्पादकता वाढण्यासाठी सेंद्रिय खतांचा तसेच नत्र व स्फुरद खतांचा वापर करावा. सर्वसाधारणपणे प्राण्यांच्या विष्ठेपासून तसेच कोंबडीच्या विष्ठेपासून बनवलेले खत वापरावे.
- तळ्यामध्ये ८ टन प्रति हेक्टर प्रति वर्ष कोंबडी खत वापरावे.

तळ्यामधील संचयन घनता

- तळ्याची उत्पादन क्षमता किती आहे, तळ्यातून उत्पादन किती घ्यायचे आहे, माशांची कुठली प्रजाती संवर्धन करायची आहे, संचयन करते वेळी माशांचा आकार किती आहे, माशांचा तळ्यात वाढण्याचा कालावधी किती आहे, तळ्याचे सर्वसाधारण व्यवस्थापन कसे आहे, इत्यादी बाबींवर तळ्यातील माशांची संचयन घनता अवलंबून असते.
- मत्स्य संवर्धन तळ्यामध्ये १०० मिमी आकाराची मत्स्य बोटुकली संचयनासाठी योग्य मानली जाते. सुधारित मत्स्य संवर्धन पद्धतीमध्ये ५० ते १०० ग्रॅम कार्प बोटुकलीचे जीविताचे तसेच वाढीचे प्रमाण जास्त असते. सर्वसाधारणपणे कार्प माशांच्या मिश्र संवर्धन पद्धतीमध्ये बोटुकलीची संचयन घनता ५,००० ते १०,००० बोटुकली प्रति हेक्टर मानली जाते.

माशांसाठी कृत्रिम पूरक खाद्य

- कार्प माशांच्या संवर्धनात खाद्यघटकांमध्ये शेंगदाणा पेंड / मोहरी पेंड व भाताचा कोंडा १:१ या प्रमाणात वापरावा. जीवनसत्त्वे व खनिजे माशांना नैसर्गिक खाद्यातून मिळतात.
- स्थानिक बाजारपेठेत उपलब्ध असलेले खाद्य– सोयाबीन पेंड, गव्हाचा कोंडा, भाताचे तूस इत्यादी– माशांच्या खाद्यात वापरता येते. बाजारपेठेत माशांच्या खाद्यासाठी कृत्रिमरीत्या बनवलेले– तरंगणारे किंवा बुडणारे– खाद्य माशांच्या गरजेनुसार वेगवेगळ्या आकारात उपलब्ध आहे.
- पाण्यात जास्त काळ टिकेल असे कृत्रिम खाद्य तयार केले जाते. त्यामुळे खाद्याचा वापर व्यवस्थितरीत्या होतो. व्यावसायिक कार्प संवर्धन पद्धतीमध्ये तरंगणारे खाद्य अतिशय प्रचलित आहे. तरंगणाऱ्या खाद्यामुळे योग्य खाद्य व्यवस्थापन करून खाद्याचा अपव्यय टाळता येतो.
- माशांना खाद्य कमी दिल्यास त्यांची वाढ कमी होते. जास्त दिल्यास खाद्याचा अपव्यय होऊन पाण्याची प्रत खराब होते. सर्वसाधारणपणे दिवसभरातून माशांना त्यांच्या वजनाच्या ३ ते ५ टक्के खाद्य विभागून द्यावे.

मोहरी पेंड

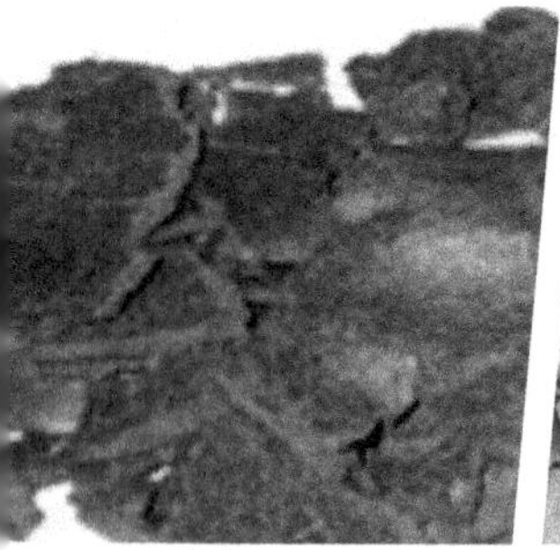

शेंगदाणा पेंड

भाताचा कोंडा

सोयाबीन पेंड

६

मत्स्य संवर्धनाची पूर्वतयारी

माशांच्या जीविताचे व उत्पादनाचे प्रमाण वाढण्यासाठी तळ्यामधील नको असलेले मासे व पाणवनस्पती काढून टाकणे आवश्यक आहे. बांबूला दोन्ही बाजूने दोर बांधून तळ्यातून ओढल्यास पाणवनस्पती काढता येतात. पाणवनस्पती जास्त असतील तर तळ्यातील पाणी कमी करून मुळापासून त्या उपटून काढाव्यात. तळ्यात गवत्या, सायप्रिनस, गुरामी इत्यादी पाणवनस्पती खाणारे मासे सोडावेत. मत्स्य तळ्याचे उत्पादन हे तळ्यातील मातीच्या भौतिक, रासायनिक व जीवशास्त्रीय गुणधर्मांवर अवलंबून असते. तळ्याच्या तळाला सेंद्रिय घटकांचे क्षारीकरण होऊन पोषकतत्त्वे बाहेर पडत असतात. भौतिकीय गुणधर्मात मातीचा पोत, पाणी धरून ठेवण्याची क्षमता; तसेच रासायनिक गुणधर्मात पीएच, सेंद्रिय कार्बन, उपलब्ध नत्र, उपलब्ध स्फुरद हे महत्त्वाचे घटक आहेत. या घटकांना गृहीत धरून मत्स्य तळ्याचे नियोजनबद्ध व्यवस्थापन करावे. किंचित आम्लयुक्त तथा आम्ल किंवा किंचित अल्कली माती (पीएच ०८ ते ०८) उत्पादनशील मानली जाते. मातीचा पीएच आम्लयुक्त असेल तर अशी माती कमी उत्पादनशील असते. त्यासाठी तळ्यात चुन्याचा वापर करावा. तळ्यातील साप, कासव, बेडूक इत्यादी परपोशी प्राणी आणि मरळ, मागूर, सिंगी इत्यादी मांसाहारी मासे कार्प माशाच्या बोटुकलीस खाऊन टाकतात. त्यासाठी पाण्यात बोटुकली संचयन करण्यापूर्वी मत्स्य तळे पूर्णपणे रिकामे करून कोरडे करून घ्यावे. मत्स्य तळ्यात जाळे टाकूनही असे मासे बाहेर काढता येतात.

तळ्याची पूर्वतयारी

मत्स्यशेती करण्याकरिता मत्स्यबीजाच्या साठवणुकीआधी तळ्याची पूर्वतयारी आवश्यक आहे. त्याबाबतची सविस्तर माहिती पुढीलप्रमाणे :

१. तळे सुकवणे अथवा कोरडे करणे

बांधकाम पूर्ण झाल्यावर, परिसराच्या पूर्वतयारीत तळे उन्हाळ्यात पूर्णपणे कोरडे करून ते पूर्णपणे सुकवणे ही पहिली महत्त्वाची पायरी. वर्षभर

तळ्याच्या पाण्यात मेलेल्या वनस्पती, प्राणी, वनस्पती-प्लवंग आणि प्राणी-प्लवंग तळाशी कुजत असतात. उन्हाळ्यात सूर्याच्या प्रखर उष्णतेने त्यांचे परिवर्तन होऊन ते मातीत एकरूप होतात. त्यामुळेच सबंध तळे नांगरून काढणे योग्य ठरते. त्यामुळे वर नमूद केल्याप्रमाणे कुजलेले पदार्थ एकजीव होण्यास मदत होते. मातीच्या आणि पर्यायाने तळ्याच्या उत्पादकतेस त्याने हातभारच लागतो. यामुळे आणखी एक गोष्ट साधते; ती म्हणजे, नैसर्गिक खताचा पुरवठा होतो.

तळे सुकवताना त्यातील झाडेझुडपे, गवत आणि तण पूर्णपणे काढून टाकणे आवश्यक असते. कारण वनस्पतींच्या आश्रयाने कीटक अंडी घालतात. पुन्हा तळ्यात पाणी सोडले तर त्यांच्या पुढच्या अवस्थांचा विकास होतो. तसेच वरील वनस्पती तळ्याच्या पाण्यात राहू दिल्या तर त्या पाण्यामधून आणि जमिनीतून पोषक अन्नाचा उपयोग करून घेतात. म्हणजे, पर्यायाने या पोषक अन्नाचा माशांना तुटवडाच पडतो. तळे सुकवण्याचा आणखी एक फायदा म्हणजे त्यातील संहारक मासे व इतर अनावश्यक प्राणी यांचा नाश होतो.

२. तळ्यात चुना मिसळणे

तळ्यात चुना मिसळणे हादेखील तळ्याच्या देखभालीचा किंवा व्यवस्थापनाचाच भाग आहे. चुन्यामुळे तळ्याच्या तळाशी साठलेले विषारी वायू नाहीसे होतात. आम्लाचा निर्देशांक वाढून तो स्थिर राहण्यास मदत होते. मत्स्यबीजाला रोग होण्याची शक्यता कमी होते. पाण्यात असणारे अतिरिक्त जैविक घटक चुन्यामुळे मोकळे होऊन बाहेर पडतात. त्याची जीवाणूंच्या व वनस्पती-प्लवंगाच्या वाढीला मदत होते. त्याचबरोबर सूक्ष्म पाणवनस्पती व सूक्ष्म प्राणीसुद्धा वाढतात.

आता चुना मिसळायचा म्हणजे नेमके काय करायचे? तर, चुनखडी (जिच्यात कॅल्शिअम कार्बोनेट ९० ते ९५ टक्के असते) कुटून तिची भुकटी करून ती एक हेक्टर क्षेत्राला २५० किलो या प्रमाणात तळभागावर पसरवतात किंवा तळ्याच्या पाण्यात मिसळतात. जमीन आम्लधर्मी असेल तर चुन्याची मात्रा १००० किलोपर्यंत वाढवावी लागते. जमीन अल्कलीधर्मी असेल तर चुन्याची मात्रा २०० किलोपर्यंत कमी करावी लागते.

३. तळ्यातील तणाचे व निकृष्ट प्रजातीच्या माशांचे निर्मूलन करणे

मत्स्यबीज सोडण्यापूर्वी दोन गोष्टी करणे अत्यावश्यक असते :

१. तळ्यातील तणांचे किंवा पाणवनस्पतींचे निर्मूलन करणे
२. तळ्यातील स्थानिक, निकृष्ट किंवा संहारक मासे नष्ट करणे

तळ्यातील वनस्पती पाण्यात, त्यांच्या वाढण्याच्या स्थानावरून किंवा वाढण्याच्या पद्धतीवरून चार-पाच प्रकारांत मोडतात.

१. पाण्याच्या पृष्ठभागावर तरंगणाऱ्या वनस्पती : उदाहरणार्थ, इर्कोनिया, अझोला, पिस्टीया
२. तळ्याच्या मातीत अगर चिखलात मुळे घुसलेली असणाऱ्या आणि पाने-फुले मात्र पाण्याच्या पृष्ठभागाच्या वर येणाऱ्या वनस्पती : उदाहरणार्थ, निम्फीया, ट्रापा, व्हॅलिसनेरीया

३. सहसा मुळे नसणाऱ्या; पण पाण्यात पूर्ण बुडालेल्या वनस्पती : उदाहरणार्थ, सेरॅटोफायलम
४. मुळे चिखलात गेलेली आणि वनस्पती पाण्यात संपूर्ण बुडालेली : उदाहरणार्थ, हायड्रीला, नाजास
५. तळ्याच्या काठावर, बांधाच्या भरावावर अगर उतारावर वाढणारे गवत : उदाहरणार्थ, टायफा.

या सर्व वनस्पती सूर्यकिरणांना पाण्यात जास्त खोलवर जाण्यापासून रोखतात. या वनस्पती पाण्यातील पोषकद्रव्ये वापरत असल्याने वनस्पती-प्लवंग निर्मितीवर त्यांच्या अस्तित्वाचा प्रतिकूल परिणाम होतो. तसेच, या पाणवनस्पती श्वसनासाठी पाण्यात विरघळलेला प्राणवायू वापरत असल्याने माशांना श्वसनासाठी तो कमी पडला तर मोठ्या प्रमाणात मासे मरतात. या पाचही प्रकारच्या पाणवनस्पती निरनिराळ्या कीटकांना, विशेषकरून स्थानिक माशांना आश्रय देतात. त्यातल्या त्यात स्थानिक मासे संहारक असतील किंवा मत्स्यभक्षक असतील तर तळ्यात सोडलेल्या मत्स्यबीजांवर हल्ला करतात. यामुळे मत्स्यशेतीतील उत्पादनावर वाईट परिणाम होतो. ही सर्व कारणे आणि त्यांचे मत्स्यशेतीवर होणारे परिणाम लक्षात घेतले तर तळ्यात वाढणाऱ्या वनस्पतींचे निर्मूलन करणे अत्यावश्यक ठरते.

१. पृष्ठभागावर तरंगणाऱ्या वनस्पती हाताने किंवा जाळी लावून काढून टाकता येतील.
२. पृष्ठभागाच्या वर येणारी पाने, शेंडे, फुले वारंवार कापत राहिले तर त्यांच्या वाढीला पायबंद घालता येईल.
३. काटेरी तारा किंवा दोर पाण्यात तळापासून ओढून फिरवले तर पाण्यात पूर्ण बुडालेली मुळे असलेल्या वनस्पती काढून टाकता येतील.
४. सर्वात चांगला उपाय म्हणजे गवत्या मासा सोडणे. एक किलो वजनाचा गवत्या मासा दिवसाकाठी एक किलो वनस्पतींचा फडशा पाडतो.

तळे बारमाही असेल आणि पाणी पूर्णपणे काढून टाकणे शक्य नसेल, तर मात्र पाणवनस्पतींच्या निर्मूलनासाठी विषारी रसायनांचा वापर करण्याशिवाय दुसरा पर्याय नाही.

४. स्थानिक - संहारक प्रजातीच्या माशांचे निर्मूलन

तळ्यात पाण्याबरोबर स्थानिक मासे येऊ शकतात. मत्स्यबीज सोडण्यापूर्वी तळ्याच्या पाण्यातील असे मासे नष्ट करणे आवश्यक ठरते. हे मासे मरळ, शिवडा आणि जिताडा जातींचे असतात. कार्पसारखी त्यांची वाढ झपाट्याने होत नाही. ते वनस्पती-प्लवंग व प्राणी-प्लवंग संपवून टाकतात. त्यामुळे प्रथम बीजाला आणि नंतर वाढणाऱ्या माशांना अन्न कमी पडते. त्या माशांची प्रजनन क्षमतासुद्धा मोठी असते. पावसाची एखादी सर पडून थोडेफार पाणी साठल्यावर त्यांचे प्रजनन होते. ही मत्स्य-पिल्ले प्राथमिक उत्पादनातून अन्न फस्त करतात. स्थानिक माशांत काही मत्स्यभक्षक मासेही असतात. हे मत्स्यभक्षक मासे तळ्यात राहू दिल्यास मत्स्यशेतीतल्या माशांना अन्न कमीच

पडून, पर्यायाने त्यांची वाढ खुंटते.

तळ्यात आधीच वाढलेल्या मत्स्यभक्षक माशांची पिल्ले, आपण नंतर सोडलेल्या मत्स्यबीजांना नष्ट करतील. या कारणांसाठी मत्स्यबीज सोडण्यापूर्वी स्थानिक, संहारक व मंद गतीने वाढ होणारे मासे तळ्यातून काढून टाकावेत.

वर्षाखेरीस तळे कोरडे पडले तर स्थानिक मासे मरून गेल्यामुळे उत्पादकताही वाढेल. तळे बारमाही असेल तर मात्र उन्हाळ्याच्या अखेरीला पाण्याची पातळी खूप कमी झाल्यावर एक तर वारंवार जाळे फिरवून स्थानिक मासे पकडून काढून टाकावेत. नवीन ताजे पाणी तळ्यात आत घेताना बारीक जाळी बसवून पाणी घेतल्यास इतर मासे येणार नाही. एवढे करूनही स्थानिक मासे नाहीसे होत नसतील तर पुढील उपाय करावेत :

१. **गुळाचा वापर :** उसाचा रस आटवून तयार केलेला गूळ माशांसाठी विषारी असतो. १००० भाग पाण्यात एक भाग गूळ वापरला तरी तो विषारी ठरतो. हा परिणाम गूळ विरघळताना निर्माण होणाऱ्या सॅपोनिनचा असतो.

२. **डेरिस रूट पावडरचा वापर :** ही एका वनस्पतीची मुळे कुटून बनवलेली भुकटी आहे. १००० भाग पाण्यात ६ ते १० भाग भुकटी मिसळली तर सर्व प्रकारचे संहारक मासे मारले जातात. त्याच्या विषाचा परिणाम एक आठवडाभर राहतो. मत्स्यबीज सोडण्यापूर्वी एक महिना आधी ही विषारी भुकटी पाण्यात मिसळावी, म्हणजे मत्स्यबीजाला त्याचा उपद्रव होणार नाही.

३. **मोहाच्या पेंडीचा वापर :** १० लाख भाग पाण्यात २०० ते २५० भाग पेंड मिसळली तर मासे मरतात. मत्स्यबीज सोडण्यापूर्वी दोन-तीन आठवडे आधी ही पेंड पाण्यात घालावी लागते. नंतर हीच पेंड पाण्यात खत म्हणून उपयोगी पडते, त्यामुळे उत्पादकता वाढते. पेंड घातल्यापासून काही तासांतच मासे मरतात. ही पेंड मानवी शरीराला बाधक नसते. म्हणून अशा प्रकारे मेलेले मासे खाल्ले तरी चालतात.

५. तळ्यात पाणी सोडणे

मत्स्यशेतीच्या तळ्यातील पाणवनस्पतींचे निर्मूलन आणि निकृष्ट किंवा संहारक मासे नष्ट केलेले असतील तर पुढची पायरी म्हणजे तळ्यात पाणी सोडणे. पाणी सोडताना पाण्याच्या पाईपच्या तोंडावर बारीक जाळी बसवणे आवश्यक असते. त्यामुळे स्थानिक मासे किंवा त्यांची पिल्ले पुन्हा तळ्यात येणार नाहीत.

पाण्याचा झोत तळ्यात पडताना जोर कमी व्हावा म्हणून तोंडाशी जाड पत्रा बसवतात. तसेच, जेथे पाणी पडते तेथे गवत लावलेले असते किंवा दगडी घडीव फरशा टाकलेल्या असतात. त्यामुळे

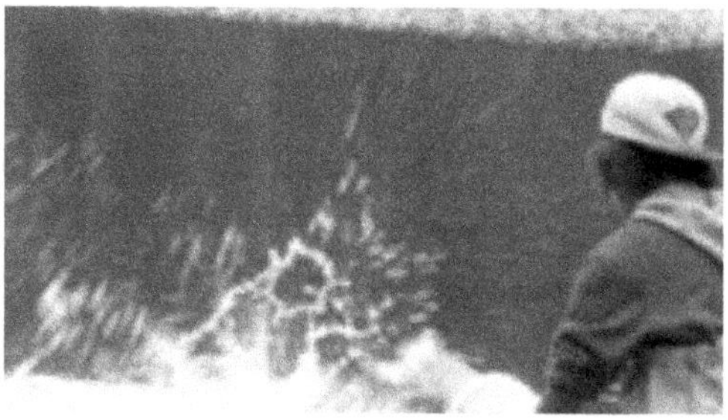

तळाशी खड्डा पडत नाही.

६. खताची मात्रा देणे

तळ्यामधील प्राथमिक उत्पादकता वाढणेही आवश्यक असते. त्यासाठी पाण्यात, पोषकद्रव्ये मिसळावी लागतात. आता ही पोषकद्रव्ये पाण्याबरोबर येतील अथवा तळाच्या किंवा बांधाच्या मातीतून मिळतील. आता, प्रत्यक्ष खताच्या मात्रेकडे वळू या. खते दोन प्रकारची असतात :

१. सेंद्रिय खते : उदाहरणार्थ, शेणखत, पेंड वगैरे
२. असेंद्रिय खते : उदाहरणार्थ, युरिया, फॉस्फेट्स, नायट्रेट्स वगैरे

खत कोणत्या प्रकारचे आणि किती घालावे, हे निरनिराळ्या विभागांतील जमिनीच्या पोतावर अवलंबून राहते. सेंद्रिय व असेंद्रिय खतांमुळे उत्पादनात चांगली वाढ होते. काही मासे तर सेंद्रिय खतावरच वाढतात.

तळ्यात वाढीकरिता वापरली जाणारी विविध प्रकारची खते शेतीकरितासुद्धा वापरली जातात. उदाहरणार्थ, शेणखत, युरिया, सुफला, सुपर फॉस्फेट, अमोनिअम सल्फेट, कॅल्शिअम, अमोनिअम नायट्रेट.

तळ्यात वापरासाठी खतांच्या निरनिराळ्या मात्रा सुचवलेल्या आहेत. यामध्ये दोन-तीन खते एकाच वेळी तळ्यात वापरावयाची असतात. उदाहरणार्थ,

१. प्राथमिक सेंद्रिय खताची मात्रा : उदाहरणार्थ, प्रति हेक्टरी ५,००० ते १०,००० किलो शेण
२. पाठोपाठ प्रत्येक महिन्यात हेक्टरी १००० किलो शेण
३. सुफला हे असेंद्रिय खत सामान्यपणे १०० किलो प्रति महिना प्रति हेक्टरी द्यावे. यापैकी पर्याय २ आणि ३ मध्ये सुचवलेली खते १५ दिवसांच्या फरकाने द्यायची असतात.

कोणतेही खत देताना ते प्रथम पाण्यात भिजत ठेवतात. नंतर ते संपूर्ण मिश्रण व्यवस्थित कालवून पाण्याच्या पृष्ठभागावर सारखे पसरले जाते. त्यामुळे ते हळूहळू पाण्याच्या पूर्ण स्तंभात मिसळते.

गरजेपेक्षा अधिक खत घालणे टाळावे. कारण, त्यामुळे माशांना कल्ले कुजण्याचा (गिल रॉट) रोग होऊ शकतो. तसेच तळ्याच्या पाण्यात प्राणवायूचीही तूट पडते. त्याचा दुष्परिणाम मत्स्यबीजांच्या जगण्याशी निगडित असतो. संगोपन तळ्यात रासायनिक खतांचा वापर करू नये. कारण त्याच्यामुळे अति शेवाळवृद्धी होते आणि ती बराच काळ टिकते. ही शेवाळवृद्धी नाजूक मत्स्यबीजाला हानिकारक असते.

पाण्यातील कीटकांचे आणि मत्स्यबीजांचे इतर शत्रू यांचा नाश करणे

मत्स्यबीज सोडण्यापूर्वी पाण्यातील कीटकांचा आणि इतर शत्रूंचा नाश करणे आवश्यक असते. पाणकीटकांमध्ये प्रामुख्याने पाणनावाडी, पाणढेकूण, पाणविंचू, रानाट्रा (वॉटर बग्ज) तसेच जलढाल कीटक, लिथो सरकस, बेलोस्टोमा आणि डायस्टिस्कससारखे वॉटर बग्ज; शिवाय भिंगरी किंवा चतुर (ड्रॅगन फ्लाईज) येतात. हे सारे माशांच्या बीजांवर हल्ला करून त्यांना मारून टाकतात. त्याचप्रमाणे वाढणाऱ्या माशांच्या अवस्थांशी ते अन्नासाठी स्पर्धा करतात.

कीटकांचा नाश करताना तेल आणि साबण एकत्र मिसळून त्यांचे दुधासारखे मिश्रण वापरतात. मत्स्यबीज सोडण्यापूर्वी १२ ते १४ तास आधी ते वापरतात. हेक्टरी ६० किलोग्रॅम स्वस्त तेल आणि २० किलोग्रॅम साबण यांचे मिश्रण लागते. दोन्ही चांगले ढवळून एकजीव केले जाते. त्याचे भुरकट करडे रसायन तयार होते. हे रसायन पाण्याच्या पृष्ठभागावर पसरून घ्यावे. पाण्यावर या रसायनाचा अतिपातळ थर तयार होतो. काही मिनिटांतच हवा न मिळाल्यामुळे पाणकीटक मरू लागतात.

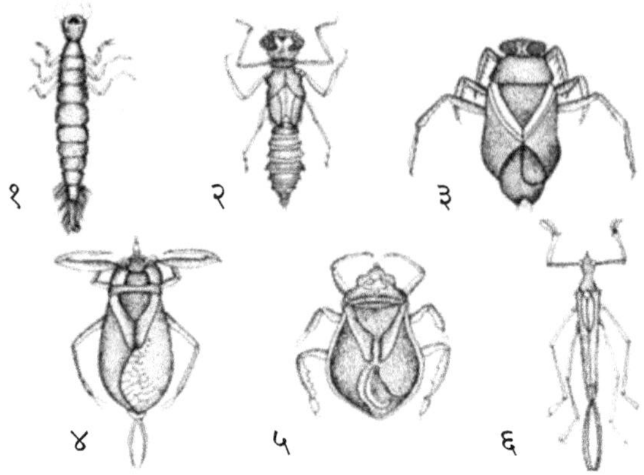

तळ्यात आढळणारी विविध पाणकीटके
(१) सिबीस्टर लार्व्हा (२) ॲनिसॉप्टेरा (३) नोटोनेक्टा (४) नापा (५) बेलोस्टोमा (६) वॉटरस्टीक

७

मत्स्यबीज, बीज साठवणूक, बोटुकली

मत्स्यबीज कोठे मिळते? ते वाढीच्या कोणत्या अवस्थेत मिळते? या बाबींचा विचार करण्यापूर्वी काही व्याख्यांचा विचार करू या. पिल्लांच्या आकारावरून त्यांना नावे दिलेली असतात.

१. **मत्स्यजिरे :** पिल्लांची लांबी सुमारे ८ मिलीमीटरपर्यंत असेल तर त्यांना 'मत्स्यजिरे' म्हणतात.

२. **मत्स्यबीज (फ्राय) :** पिल्ले साधारण २५ मिमी लांबीची झाली की त्यांना 'मत्स्यबीज' असे म्हणतात.

३. **अर्धबोटुकली (सेंमी फिंगर लिंग) :** पिल्लांची लांबी सुमारे २६ ते ५० मिमी असेल तर त्यांना 'अर्धबोटुकली' म्हणतात.

४. **बोटुकली (फिंगर लिंग) :** पिल्ले साधारणपणे ५१ ते १५० मिमी लांबीची असतील तर त्यांना 'बोटुकली' म्हणतात.

मत्स्यबीज मिळवणे

कटला, रोहू, मृगल हे खरे तर गंगा व तिच्या उपनद्यांचे रहिवासी. त्या पाण्यात त्यांचे नैसर्गिकरीत्या प्रजनन होते. मे महिन्यापासूनच त्यांचे बीज मिळण्यास सुरुवात होते. कोलकाता आणि हावडा येथे मोठ्या प्रमाणात मत्स्यबीज गोळा करून पुरवठा करणाऱ्या संस्था आहेत.

महाराष्ट्र राज्यात अंदाजे १० कोटी मत्स्यबीज बंगालमधून आणले जाते. शुष्क बांध

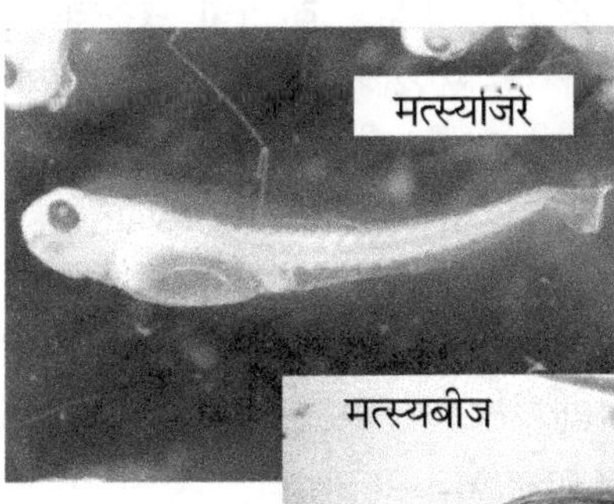

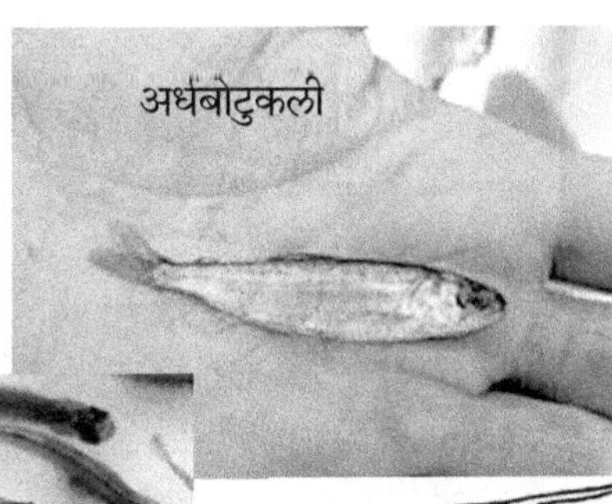

पद्धती व प्रेरित प्रजननाने सध्या मोठ्या प्रमाणात मत्स्यबीज महाराष्ट्रात निर्माण केले जाते. नद्यांमधून नैसर्गिकरीत्या मिळालेले, शुष्क बांध पद्धतीने मिळालेले, प्रेरित प्रजननाने उपलब्ध होणारे बीज संख्येने कोट्यवधी असते. तथापि, दर वर्षी होणारी वाढती मागणी लक्षात घेऊन एकूण पुरवठा नेहमीच अपुरा पडेल, हे लक्षात येते. मत्स्यबीजाची आपली मागणी मे महिन्यातच पुरवठादारांकडे नोंदवावी लागते.

मत्स्यबीजांची वाहतूक

सर्वसाधारणपणे २० लीटर डब्यात कडेने कागद घालून मध्ये जाड पॉलिथीनची पिशवी उभी ठेवतात. त्यात एक-तृतीयांश पाणी भरतात. त्या पाण्यात आता मोजलेले मत्स्यबीज सोडतात. यानंतर पिशवीत प्राणवायूची नळी पाण्याच्या पृष्ठभागापर्यंत आणून, दोन्ही हातांनी दाबून पिशवीतील हवा काढून टाकतात. त्यानंतर प्राणवायू चालू करून हळूहळू पिशवी फुगवत नेतात. वरपर्यंत पिशवी फुगल्यावर ती सुतळीने घट्ट बांधून बंद करतात. आता पिशवीत एक-तृतीयांश पाणी, त्यात मत्स्यबीज आणि पाण्याच्या वरच्या दोन-तृतीयांश भागात प्राणवायू भरलेला आहे. आता हा डबा वाहतुकीस सुयोग्य झाला.

मत्स्यबीजांची वाहतूक

मत्स्यबीज मिळण्याचा हंगाम जुलै-ऑगस्ट या दोन महिन्यांत असतो. मत्स्यबीजांच्या प्रजाती, त्यांचे आकार, उपलब्ध बीजातील जातींचे प्रमाण, मत्स्यबीजाचा चपळपणा व त्यांची योग्य मोजणी करून, पॅकिंग स्वत:च्या नजरेखाली करून घेऊन योग्य त्या इच्छित ठिकाणी पाठवावे. मत्स्यबीज दूरवर पाठवायचे असेल तर पिशवीत १ ते १.५ लीटर पाणी अधिक प्राणवायू भरून पाठवले जाते.

मत्स्यबीजाला श्वसनासाठी लागणारा प्राणवायू पाण्यातून मिळतो. पाण्यातला कमी झालेला प्राणवायू पुन्हा वरच्या भागातून या मत्स्यबीजास उपलब्ध होतो. मत्स्यबीजाला पिशवीत भरण्यापूर्वी अन्न देत नाहीत. त्यामुळे पोट रिकामे राहते. विष्ठा पाण्यात न पडल्याने तळाशी साठत नाही. पाणी स्वच्छ व प्लवंगरहित असते. त्यामुळे वाहतुकीदरम्यान सर्व प्राणवायू मत्स्यबीजाला श्वसनासाठी उपलब्ध होतो. पिशवीत भरलेला प्राणवायू दोन-तीन दिवस पुरतो.

लहान बीज म्हणजे तळ्यात मरतुक जास्त. म्हणून शक्यतो स्वीकारतानाच २० मिमीपेक्षा जास्त आकाराचे बीज मिळवून तळ्यात मोठे बीज सोडण्याचा प्रयत्न करावा.

वाहतूक करताना डबे उन्हात राहणार नाहीत याची काळजी घ्यावी. बीजाची साठवणूक सकाळी किंवा संध्याकाळी उशिरा करावी. यामुळे पिशवीतील पाणी व तळ्यातील पाणी यांच्या तापमानात फार मोठा फरक पडणार नाही. मत्स्यबीज तळ्यात सोडताना वेगवेगळ्या ठिकाणी म्हणजे तळ्याच्या सगळ्या कोपऱ्यांतून व सर्व बाजूला सोडावे. तळ्यात भरपूर नैसर्गिक अन्न तयार असतानाच मत्स्यबीज सोडावे.

मत्स्यबीज सोडणे आणि मत्स्यबीजांची साठवणूक

तळ्यात भरपूर प्लवंग आहे याची खात्री करून

मत्स्यबीज सोडणे

घेऊन मगच मत्स्यबीज सोडावे. शक्य असल्यास प्रथम मत्स्यबीज छोट्या संगोपन तळ्यात सोडावे. तेथे त्यांची अर्धबोटुकली किंवा बोटुकली झाल्यावर मग मोठ्या संवर्धन तळ्यात सोडावे. प्रवासातून आणलेले बीज कधीही भरकन ओतून टाकू नये. प्लास्टिकच्या पिशवीतील पाणी व तळ्यातील पाणी यांच्या तापमानात फरक असतो. क्वचित आम्लता निर्देशांकातही थोडाफार फरक असेल. म्हणून मस्यबीजाला तळ्याच्या पाण्याची हळूहळू सवय करून मगच ते तळ्यात सोडावे.

प्रथम पिशवीचे बांधलेले तोंड सोडावे. पिशवी तळ्यातील पाण्यात धरावी. दोन्ही पाण्याचे तापमान सारखे झाल्यावर मग तळ्यातील एक-दोन लीटर पाणी पिशवीत घ्यावे. थोड्या वेळाने पिशवीतील थोडे पाणी तळ्यात सोडावे. तळ्यातील थोडे पाणी पुन्हा पिशवीत घ्यावे, थोडे थांबून ते पुन्हा बाहेर सोडावे. आता मत्स्यबीजाला तळ्यातील पाण्याची सवय होते. मगच पिशवी तिरपी करून मत्स्यबीज पूर्णपणे पाण्यात जाऊ द्यावे. बीज पूर्णपणे पाण्यात गेले आहे याची खातरी करून घ्यावी.

तळ्याविषयी मत्स्यव्यवसाय सल्लागाराला संपूर्ण माहिती दिल्यावर त्याला तळ्याचे सर्वेक्षण करावयास सांगून किती मत्स्यबीज सोडावे, याविषयी सल्ला घ्यावा. मत्स्यबीज मिळाले असेल आणि सल्ला घेण्याइतका वेळ नसेल तर प्रति हेक्टरी साधारणपणे ८,००० ते १०,००० बोटुकली तळ्यात सोडावेत.

कटला, रोहू, मृगल यांचे मत्स्यबीज सोडण्याचे प्रमाण २:३:२ असे असावे. तळे ५ मीटरपेक्षा अधिक खोल असेल तर हेच प्रमाण २:४:२ असे ठेवावे. तळ्यात नैसर्गिक अन्न भरपूर व योग्य प्रमाणात असेल तर सधन मत्स्यशेतीमध्ये प्रति हेक्टरी ८,००० ते १०,००० बोटुकली तळ्यात सोडावीत. खत व पूरक अन्न न घालता, नुसत्याच नैसर्गिक अन्नावर पैदास करावयाची असेल तर मात्र प्रति हेक्टरी ३,००० ते ४,००० बोटुकली सोडावीत. आता बोटुकलीऐवजी मत्स्यबीज सोडायचे टाळावे. कारण लहान आकाराचे मत्स्यबीज तळ्यात सोडल्यास एकूण उत्पादनावर अनिष्ट परिणाम होतो.

मत्स्यशेती फायद्याची की तोट्याची झाली, हे सोडलेल्यापैकी किती मासे जिवंत राहतात आणि ८ ते १० महिन्यांनी किती मोठे होतात, यावरच ठरवता येते.

मत्स्यबीजांची साठवणूक

मत्स्यबीजांची वाढ करण्याच्या आधुनिक पद्धती

महाराष्ट्रात गोड्या पाण्यातील मत्स्य संवर्धनासाठी तीन लक्ष हेक्टर एवढे जलक्षेत्र उपलब्ध आहे. गोड्या पाण्यातील मत्स्य संवर्धन उत्पन्नवाढीकरिता शेतकऱ्यांना योग्य प्रतीचे बीज योग्य वेळी उपलब्ध होणे आवश्यक आहे. जलाशयामधून अधिकतम मत्स्य उत्पादन मिळण्याकरिता मत्स्य बोटुकली आकाराचे बीज सोडले पाहिजे. परंतु बोटुकली अभावी मत्स्य शेतकरी जलाशयामध्ये मत्स्यजिरे अथवा मत्स्यबीजाचे संचयन करतात. मत्स्य बोटुकलीची असणारी मागणी व पुरवठा यामधील तूट भरून काढण्यासाठी राज्यात अधिकाधिक मत्स्यबीज केंद्रें व संगोपन तलाव निर्माण होणे गरजेचे आहे.

भारतामध्ये मोठ्या जलाशयांमध्ये वाढ खुंटवलेल्या बोटुकलीचे संचयन करून अधिक उत्पन्न घेण्याची पद्धत आंध्र प्रदेश व तमिळनाडू या राज्यांमध्ये प्रचलित आहे. परंतु महाराष्ट्रामध्ये ही प्रणाली फारशी प्रचलित नाही. या संकल्पनेचा महाराष्ट्रामध्ये अवलंब केल्यास गोड्या पाण्यातील एकूण उत्पन्नामध्ये मोठ्या प्रमाणात वाढ होऊ शकते.

आंध्र प्रदेशात मत्स्यबीजांची पुढची वाढ दोन टप्प्यांमध्ये करतात. पहिल्या टप्प्यामध्ये ०.५ ते १ ग्रॅम वजनाचे मत्स्यबीज दोन ते चार महिन्यांमध्ये २० ते २५ ग्रॅम वजन असलेल्या बोटुकलीपर्यंत वाढवतात. दुसऱ्या टप्प्यामध्ये ही बोटुकली पुढील वर्षभर वाढ खुंटवून ५० ते १२५ ग्रॅम वजनाच्या आकारमानापर्यंत वाढतात. अशा प्रकारच्या बोटुकलीस वाढ 'खुंटवलेली बोटुकली' (Stunted yearling) अथवा 'अवरोधित बोटुकली' असे म्हणतात. यासाठी ०.४ ते ४ हेक्टर आकारमानाचे तलाव वापरतात. पाण्याची खोली सर्वसाधारणपणे तीन ते चार फूट एवढीच ठेवली जाते.

पहिल्या टप्प्यामध्ये कटला व रोहू माशांची संचयन घनता सर्वसाधारणपणे तीन लक्ष मत्स्यबीज (०.५ ते १ ग्रॅम) प्रति हेक्टर एवढी ठेवली जाते. या टप्प्यामध्ये नेहमीप्रमाणेच खताची मात्रा दिली जाते. ताज्या शेणाचा प्रति हेक्टरी तीन ते चार टन एवढा वापर मत्स्यबीज संचयनापूर्वी पंधरा दिवस अगोदर केला जातो. याशिवाय, असेंद्रिय खतामध्ये ५० ते १२५ किलो DAP (Diammonium Phosphate), २५ ते १२५ किलो युरिया व २० ते ३० किलो पोटॅश यांचा वापर प्रति हेक्टर करता येतो. यामुळे तळ्यामध्ये वनस्पती-प्लवंग व प्राणी-प्लवंग या माशांच्या नैसर्गिक अन्नपदार्थांचे प्रमाण वाढते. संचयनानंतर पुन्हा प्रत्येक महिन्यामध्ये ताज्या शेणाचा वापर २५० ते ३०० किलो प्रति हेक्टर केला जातो. ताज्या शेणासोबत DAPचा १५ ते ४० किलो प्रति हेक्टर वापर केला जाऊ शकतो. इतर सर्व खाद्य व जल व्यवस्थापन नेहमीसारखेच केले जाते.

दुसऱ्या टप्प्यामध्ये २० ते २५ ग्रॅम वाढ झालेली ५०,००० ते ७५,००० रोहू बोटुकली प्रति हेक्टर या प्रमाणात संचयन करतात. या प्रकारामध्ये, बोटुकलींना फक्त तेल काढून घेतलेला भाताचा कोंडा (De-oiled Rice Bran) खाद्य म्हणून पुरवला जातो. यामध्ये प्रथिनांचे प्रमाण फक्त १२ ते १५ टक्के एवढेच असते. भाताच्या कोंड्यासोबत कधीतरी शेंगदाणा पेंडसुद्धा वापरतात. अधूनमधून थोड्या प्रमाणात खताची मात्रा पुरवतात. पुरेशा प्रमाणात खताची मात्रा न मिळल्यामुळे तळ्यामध्ये नैसर्गिक अन्नपदार्थांचे प्रमाण कमी असते. त्यामुळे पुरसे २५ टक्के प्रथिनयुक्त खाद्य माशांना मिळत नाही. परिणामी, योग्य पोषकतत्त्वे न मिळाल्यामुळे माशांची वाढ खुंटते. जो मासा नैसर्गिक व पूरक खाद्य मिळाल्यानंतर वर्षभरामध्ये एक किलोचा वाढतो, तोच मासा जास्त संचयन घनता व कमी

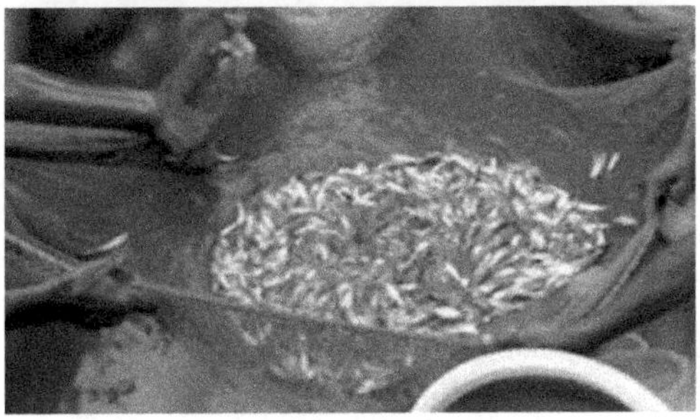

वाढ खुंटवलेली बोटुकली

खाद्य पुरवठा यामुळे केवळ ५० ते १५० ग्रॅम वजनापर्यंत वाढतो. दुसऱ्या टप्प्याचा मुख्य उद्देश हा, माशांची मोठी वाढ करणे हा नसून जास्त संख्येने वाढ खुंटलेली बोटुकली तयार करणे हा आहे.

ही वाढ खुंटलेली बोटुकली निमसुधारित पद्धतीमध्ये ५,००० ते ६,७५० रोहू बोटुकली प्रति हेक्टर अथवा ६,००० ते ८,००० कटला बोटुकली प्रति हेक्टर संचयित केली जाते. वर्षभरामध्ये रोहूची वाढ १ ते २ किलो व कटला माशांची वाढ २ ते ३ किलो एवढी होते. या पद्धतीमध्ये प्रति हेक्टरी ६,५०० किलो ते ८,४०० किलो एवढे एकूण उत्पादन मिळते.

वाढ खुंटवलेली बोटुकली मोठ्या धरणामध्ये किंवा जलाशयामध्ये सोडली तर त्यांची वाढ व जीविताचे प्रमाण सामान्य पद्धतीपेक्षा अधिक असते.

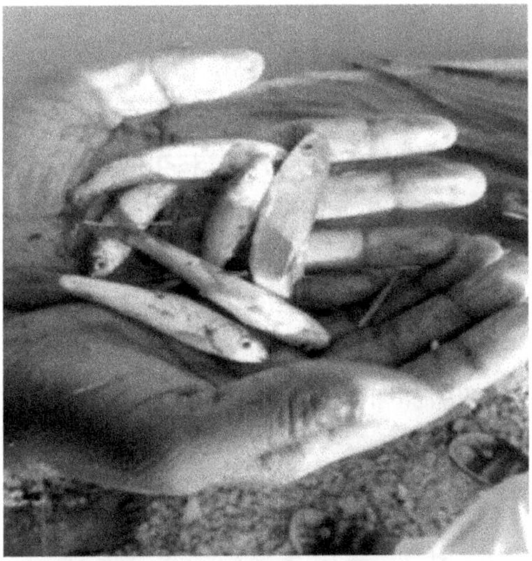

याचे कारण म्हणजे वाढ खुंटवलेल्या बोटुकलीचे आकारमान सामान्य बोटुकलीपेक्षा मोठे असते. या बोटुकली जलाशयामध्ये परभक्षी जलचरांपासून स्वत:चे संरक्षण चांगल्या प्रकारे करू शकतात. मोठ्या जलाशयांमध्ये नैसर्गिक अन्नपदार्थांचा साठा मुबलक असल्यामुळे खुंटलेली वाढ थोड्याशा कालावधीतच भरून निघते.

वाढ खुंटवलेल्या बोटुकलीचा वापर आपण मोठ्या जलाशयांव्यतिरिक्त शेततळ्यांमध्येदेखील करू शकतो. आजकाल मत्स्य संवर्धनामध्ये प्रगत राज्यांमध्ये गोड्या पाण्यातील मत्स्यशेतीसाठी शून्य पॉईंट संवर्धन (Zero Point Culture) पद्धतीचा अवलंब केला जातो. या पद्धतीमध्ये पाण्याप्रमाणे एखाद्या तळ्यामध्ये काही कारणास्तव (उदाहरणार्थ,

योग्य संचयन घनता, पाण्याची पातळी, इत्यादी) माशांची वाढ २०० ते ५०० ग्रॅम एवढीच होते. पुढे हे मासे जास्त प्रमाणात वाढत नाहीत. म्हणून, शेतकरी हे मासे दुसऱ्या शेतकऱ्यांना विक्रीयोग्य भावाच्या अर्ध्या किमतीमध्ये विकतात. या दुसऱ्या प्रकारच्या शेतकऱ्यांनी गाव तलाव किंवा इतर सार्वजनिक तलाव भाडेतत्त्वांवर घेतलेले असतात. तळ्याचे पाणी पिण्यासाठी, शेतीसाठी व अन्य कारणांसाठी वापरत असल्यामुळे त्यामध्ये खतांचा व खाद्याचा वापर करण्यासाठी बंदी असते. या तळ्यामध्ये २०० ते ५०० ग्रॅम वाढ झालेले मासे कमी संचयन घनतेने सोडले जातात. संचयन केलेले मासे हे तळ्यामध्ये उपलब्ध असलेल्या फक्त नैसर्गिक अन्नपदार्थांवर वाढतात. महाराष्ट्रामध्ये उपलब्ध असलेल्या शेततळ्यांचा वापर शून्य पॉईंट संवर्धनासाठी लागणाऱ्या माशांचे उत्पादन घेण्यासाठी होऊ शकतो. याकरिता शेततळे व इतर लघु जलाशयधारक आणि मोठ्या जलाशयामध्ये मासेमारी करण्याऱ्या मत्स्य सहकारी संस्था यांच्यामध्ये समन्वय घडवून आणणे गरजेचे आहे.

८

मत्स्य खाद्य : विविध प्रकार आणि आधुनिक पद्धती

माशांची वाढ हा अतिशय महत्त्वाचा विषय आहे. माशांची वाढ जेवढी जास्त तेवढी त्यांची विक्री किंमत जास्त, हे सूत्र आपल्या सर्वांना माहीत आहे. माशांची वाढ चांगली जोपासण्यासाठी त्यांचा आहार जाणून घेणे तसेच त्यांना आहारात काय दिल्याने ते जोमाने वाढतील हे बघितले पाहिजे. माशांचे खाद्य तयार करत असताना पुढील गोष्टींचा विचार होणे आवश्यक आहे :

१. आपण जे खाद्य तयार करू त्या खाद्याकडे मासे आकृष्ट झाले पाहिजेत आणि माशांनी ते खाद्य स्वीकारले पाहिजे.
२. माशांना पचनास सोपे खाद्य असावे.
३. योग्य त्या प्रमाणात खाद्य दिल्यावर माशांची वाढ भरपूर झाली पाहिजे. म्हणजे थोड्या प्रमाणात खाद्य पुरवून आपणास भरपूर उत्पादन मिळेल.
४. माशांचे खाद्य तयार करण्यासाठी आपण जे अन्नघटक वापरणार आहोत ते घटक, मत्स्यशेती ज्या भागात करतो तिथे, मुबलक प्रमाणात व स्वस्त मिळाले पाहिजेत.
५. माशांचे खाद्य कमीत कमी किमतीत तयार करता येईल असे बघावे आणि ते पौष्टिकही असावे. ते तयार करण्यासाठी मोठ्या यंत्राची गरज भासू नये.
६. माशांचे खाद्य तयार केल्यावर ते लवकर खराब होणार नाही असे असावे. म्हणजेच ते टिकाऊ असावे. तसेच एका वेळी मोठ्या प्रमाणात खाद्य तयार करून ठेवल्यास ते बरेच दिवस वापरता येते आणि पुनःपुन्हा अन्न तयार करण्याचा त्रास होत नाही.

माशांसाठी समतोल आहार / खाद्य तयार करण्यासाठी या खाद्यामध्ये पुढील अन्नघटक योग्य प्रमाणात असणे आवश्यक आहे :

(१) प्रथिने (२) कर्बोदके (३) स्निग्ध पदार्थ/चरबी/तेल/मेद (४) जीवनसत्त्व (५) खनिज द्रव्ये

१. प्रथिने

दुसऱ्या जीवजंतूंप्रमाणे माशांनासुद्धा प्रथिनांची आवश्यकता असते. प्रजनन काळात प्रथिनांचा वापर मोठ्या प्रमाणात होतो. जेव्हा माशांच्या शरीरातून कर्बोदकांचे प्रमाण कमी होते तेव्हा प्रथिने ऊर्जास्रोत म्हणून कामी येतात. एक ग्रॅम प्रथिनांपासून ४ किलोकॅलरी प्राप्त होते. मत्स्यपालन करण्यासाठी वापरण्यात आलेल्या माशांच्या खाद्यात प्रथिनांची आवश्यकता २५ ते ४० टक्के असते. खाद्यामध्ये आवश्यक अमिनो ॲसिडचे प्रमाण किती आहे, यावर खाद्यातील प्रथिनांचे प्रमाण अवलंबून असते. तसेच प्रथिने कोणत्या अन्नपदार्थांपासून घेतली यावरही अवलंबून असते.

प्रथिनांचा पुरवठा करणारे अनेक अन्नपदार्थ

उपलब्ध आहेत. पण त्यातील जे अन्नपदार्थ कमी किमतीत उपलब्ध होतात, त्यांचा प्रथिनांचा स्रोत म्हणून उपयोग करावा लागतो. प्रथिनांचा स्रोत स्वस्त असेल तरच खाद्याची किंमत कमी होऊन माशांच्या उत्पादनाचा खर्चदेखील कमी होईल. प्रथिने दोन प्रकारची असतात. पहिला, ज्या प्रथिनांचा पुरवठा प्राण्यांपासून होतो, त्यांना प्राणिजन्य प्रथिने असे म्हणतात. जसे, मत्स्यकुटी, कोळंबीचा कारखान्यातील निरुपयोगी भाग, खेकड्यांची कुटी, कमी प्रतीच्या मासळीची कुटी इत्यादी. दुसरा प्रकार म्हणजे ज्या प्रथिनांचा पुरवठा वनस्पतींपासून होतो, त्यांना वनस्पतिजन्य प्रथिने म्हणतात. वनस्पतिजन्य प्रथिनांचे स्रोत सोयाबीन, शेंगदाण्याची पेंड, सरकीची पेंड, सूर्यफूल पेंड, भाताचे तूस व तांदळाची कणी इत्यादी.

२. कर्बोदके

कर्बोदकांना पॉलिहायड्रॉक्झी अल्डिहाईड किंवा किटोनच्या स्वरूपात संबोधले जाते. १ ग्रॅम कर्बोदकामधून ४ कॅलरी ऊर्जा प्राप्त होते. कर्बोदकांचा एक प्रकार सेल्युलोज. याचे सेवन टिलापिया किंवा ग्रास कार्प करू शकतात. गहू, मका, ज्वारी, बटाटे इत्यादी असे अनेक कर्बोदकांचे स्रोत उपलब्ध आहेत. त्यापैकी ज्या स्रोतामध्ये स्टार्चचे प्रमाण अधिक आहे अशा कर्बोदकांची निवड करावी.

३. चरबी/तेल/मेद

प्राण्यांपासून मिळणारे तेल वनस्पतींपासून मिळणाऱ्या तेलापेक्षा अधिक उपयुक्त असते. प्राणिजन्य चरबी किंवा तेल मिळवण्याचे स्रोत म्हणजे कॉड लिव्हर ऑईल, शार्क लिव्हर ऑईल, सारडीन लिव्हर ऑईल, कोळंबीच्या डोक्याचे तेल. वनस्पतिजन्य तेलाचे किंवा चरबीचे स्रोत म्हणजे सोयाबीन तेल, शेंगदाणा तेल, सूर्यफूल तेल, हे जर माशांच्या खाद्यात उपयोगात आणले तर माशांची चांगली वाढ होऊ शकते.

४. जीवनसत्त्वे

जीवनसत्त्वे खूप प्रकारची असतात. प्रत्येक जीवनसत्त्वाची माशांच्या शरीरात वेगवेगळ्या प्रकारची भूमिका असते. तसेच, सर्वच जीवनसत्त्वे माशांच्या वाढीसाठी महत्त्वाची असतात. काही जीवनसत्त्वे चयापचय क्रियेमध्ये भाग घेतात.

५. खनिजे

खनिजे ही माशांच्या रचनेत आणि चयापचय क्रियेत खूप महत्त्वाची आहेत. उदाहरणार्थ, हाडांमध्ये मुख्यतः फॉस्फरस आणि कॅल्शिअम असते. यापैकी काहीही कमी असल्यास माशांच्या आकारात परिवर्तन होते. माशांचा आहार किंवा तळ्यातील पाणी हेसुद्धा खनिजांचा चांगला स्रोत आहेत. मासे आपल्यामार्फत किंवा कल्ल्यांद्वारे कॅल्शिअम आणि फॉस्फरस, सोडिअम क्लोराईड आयन शोषित करतात.

खनिजांमुळे कार्बोहायड्रेटचा वापरदेखील वाढतो. काही हाडांना किंवा पेशींना गतिमानता येते. तसेच खनिजांमुळे माशांची भूकसुद्धा वाढते. म्हणून मत्स्य आहार बनवताना खनिजे वापरली पाहिजेत. खाद्यातील आर्द्रता, प्रथिने, तंतुमय पदार्थ, राख व चरबी यांचे प्रमाण पुढील तक्त्यात दिले आहे.

माशांचे खाद्य बनवण्याच्या पद्धती

पद्धत पहिली

पीअर्सन स्वेअर पद्धतीचा उपयोग करून आपण योग्य प्रमाणात प्रथिने किंवा ऊर्जा संतुलित करून योग्य खाद्य सूत्राद्वारे तयार करू शकतो.

उदाहरणार्थ, चार घटक वापरून आपण ३५ टक्के प्रथिने असलेले खाद्य तयार करू शकतो. उपलब्ध घटकांपैकी आपण चार घटक फिशमील, कोळंबी टरफले, सोयाबीन पेंड आणि ज्वारी पीठ घेऊन खाद्य तयार करू या.

घटक पदार्थ	आर्द्रता	प्रथिने (Crude) %	कच्चे तंतुमय (Crude) %	राख %	चरबी (Crude) %
वनस्पतींद्वारे					
भाताचा कोंडा	१०.१	१२.६	१९.३	१०.२	११.३
गव्हाचा कोंडा	१०.०	१३.५	१२.२	३.०	३.०
शेंगदाणा पेंड	१०.०	४२.०	१३.०	२.५	७.३
सोयाबीन पेंड	११.८	४६.०	७.३	०.६	०.९
मोहरी पेंड	९.२	२३.६	६.३	१०.४	९.६
सरकी पेंड	७.०	३७.०	१३.०	१.०	६.७
ज्वारी पीठ	१०.०	९.०	३.०	०.१	२.८
प्राण्यांद्वारे					
फिश मिल	१४.९	४७.८	२.६	१८.३	१०.३
कोळंबी टरफल	९.०	२२.५	३५.३	१८.६	३.६
खवटी	१४.१	४६.०	१३.५	१८.०	२.६

वरीलपैकी घटक पदार्थांची, २० टक्केपेक्षा जास्त प्रथिने असलेले आणि २० टक्केपेक्षा कमी प्रथिने अशा दोन गटात पुढीलप्रमाणे विभागणी करावी.

१. पूरक प्रथिने (२० टक्केपेक्षा अधिक प्रथिने) फिशमील - ४७.८, कोळंबी टरफले - २२.५, सोयाबीन पेंड - ४६.० (तिन्ही मिळून - ११६.३)सरासरी - ११६ ÷ ३ = ३८.७६

२. बेसल फिड = ज्वारी = ९.०

चौकोनांच्या डाव्या कोपऱ्यात खाद्यघटकांची नावे लिहावीत. आवश्यक प्रथिनांचे प्रमाण चौकोनाच्या मध्यभागी लिहावे. त्यातून खाद्यघटकांचे प्रथिनांचे प्रमाण वजा करून आलेले उत्तर चौकोनाच्या उजव्या कोपऱ्यात लिहावे.

उजव्या कोपऱ्यात येणाऱ्या चिन्हाचा वापर करू नये. उजव्या बाजूच्या आकड्यांची बेरीज करावी. म्हणजे २६ + ३.७६ = २९.७६

आता ३५ टक्के प्रथिने असलेले खाद्य बनवण्यासाठी पुढीलप्रमाणे घटक एकत्र करावेत.

पूरक प्रथिने = २६ ÷ २९.७६

१०० = ८७.३६ (तीन घटक)

बेसल फिड = ३.७६ ÷ २९.७६

पूरक प्रथिने ३८.७६   २६ (३५-९)

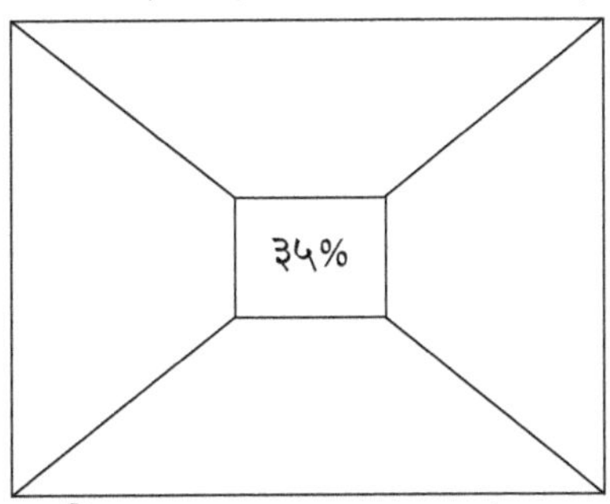

बेसल फिड ९.०   ३.७६ (३५-३८.७६)

१०० = १२.६४ (एक घटक)

आता खाद्याचे सूत्र पुढीलप्रमाणे मांडता येईल.

फिशमील : ८७.३६ ÷ ३ = २९.१२ टक्के

कोळंबी टरफल : ८७.३६ ÷ ३ = २९.१२ टक्के

सोयाबीन पेंड : ८७.३६ ÷ ३ = २९.१२ टक्के

ज्वारी : १२.६३ ÷ १ = १२.६३ टक्के

वरील शास्त्रशुद्ध पद्धतीने खाद्य तयार केल्यास माशांची वाढ चांगली होऊ शकते. ठरावीक खाद्यघटक उपलब्ध नसल्यास, उपलब्ध खाद्यघटकांचा वापर करून खाद्याचे गोळे करून माशांना द्यावे.

खाद्यातील घटकांचे प्रमाण असे राहील : फिशमील - २९.१२ टक्के, कोळंबी टरफल - २९.१२ टक्के, सोयाबीन पेंड - २९.१२ टक्के, ज्वारी - १२.६४ टक्के, पाणी - ६०० मिली

पद्धत दुसरी

पुढील पद्धतीने मत्स्यशेतीसाठी खाद्य देता येते :

भाताचा कोंडा/ज्वारी/बाजरी : ६२ टक्के, शेंगदाणा पेंड/सोयाबीन पेंड/मोहरी पेंड : २५ टक्के, फिशमील/नाचणी/कोळंबी टरफले : १० टक्के, मिनरल मिक्चर पावडर : २ टक्के, जीवनसत्त्वे : १ टक्का

दिलेल्या प्रमाणानुसार सर्व घटक भुकटीच्या स्वरूपात एकत्रित मिसळून तळ्यामध्ये माशांना खाण्यासाठी नियमितपणे द्यावे. खाद्य देण्यासाठी तळ्यामध्ये बांबू रोवून त्या बांबूला प्लास्टिकच्या पिशव्यांना छिद्र पाडून आवश्यक तेवढे खाद्य भरावे; जेणेकरून मासे त्या पिशवीतून पाहिजे तेवढे खाद्य खाऊ शकतात. या पद्धतीमुळे खाद्याचा योग्य वापर होतो व पाण्यातील होणारे प्रदूषणदेखील टाळता येते.

विभाग दोन

माशांच्या विविध जाती व त्यांचे संवर्धन

प्रास्ताविक

भारताला ८,१२९ किमी लांबीचा विस्तृत असा समुद्रकिनारा, २९,००० किमी लांबीचे नदी जलक्षेत्र व पाच दशलक्ष हेक्टर गोड्या पाण्यातील क्षेत्र मासेमारीसाठी किंवा मत्स्योत्पादनासाठी उपलब्ध आहे. महाराष्ट्रामध्ये गोड्या पाण्यातील मत्स्य संवर्धनासाठी तीन लक्ष एवढे क्षेत्रफळ व सागरी मासेमारीसाठी ७२० किमी लांबीचा समुद्रकिनारा उपलब्ध आहे. महाराष्ट्रात १६,००० किमी लांबीच्या नद्या आणि कालवे, २.९९ लक्ष हेक्टर जलाशय, तसेच ०.७२ लक्ष हेक्टर टाक्या व तळे आहेत. उपलब्ध साधनसंपत्तीचा विचार केला तर मत्स्यशेती अतिशय शास्त्रशुद्ध पद्धतीने केली जाऊ शकते.

मत्स्य संवर्धन म्हणजे तळ्यातील पाण्यात अनुकूल वातावरण निर्माण करून त्यात निवडक माशांची (संवर्धनयुक्त महत्त्वाची) पिल्ले सोडावयाची, त्या पिल्लांची काळजी घेऊन वाढ करायची म्हणजे 'मत्स्य संवर्धन'. हे प्रामुख्याने छोट्या तळ्यांमध्ये कार्प मासे, मागूर, मरळ, गिफ्ट टिलापिया, पंगस, पाबदा, शिंगी इत्यादी माशांचे संवर्धन व मासेमारी, गोड्या पाण्यातील कोळंबी संवर्धन, शोभिवंत माशांचे संवर्धन, निमखाऱ्या पाण्यातील कोळंबी व इतर माशांचे संवर्धन अशा निरनिराळ्या प्रकारे करता येते. कार्प प्रजातीच्या माशांचे संवर्धन वेगवेगळ्या आकारमानाच्या तळ्यात करता येते. त्यासाठी संगोपन पद्धतीचा वापर करता येतो. विविध प्रमाणात संवर्धन खाद्य-खते-बीजांचे व पाण्याचे व्यवस्थापन केले जाते.

तळ्यामध्ये मत्स्य संवर्धनाच्या कोणत्या पद्धती असतात, असे प्रश्न लोक विचारतात. तळ्यातील तीन प्रकारच्या मत्स्य संवर्धन पद्धती आहेत : (१) असुधारित मत्स्य संवर्धन पद्धत (२) निमसुधारित मत्स्य संवर्धन पद्धत (३) सुधारित मत्स्य संवर्धन पद्धती

असुधारित मत्स्य संवर्धन पद्धतीमध्ये मासे नैसर्गिकरीत्या उपलब्ध खाद्य ग्रहण करत असतात. पारंपरिक मत्स्यपालनामध्ये वेगवेगळ्या कमी खर्चीक, काही प्रमाणात सेंद्रिय, असेंद्रिय खते तसेच गोबरगॅस तयार करताना मिळालेल्या शेणखताचा वापर करता येतो.

१

गिफ्ट टिलापिया

मत्स्य तळ्यामध्ये एकलिंगी टिलापिया माशांचे संवर्धन करणे फायदेशीर ठरते. एकलिंगी गिफ्ट टिलापिया मासे जलद गतीने वाढतात तसेच त्यांचे आकारदेखील एकसारखे मिळतात. बारमाही तळ्यात तीन वेळा गिफ्ट टिलापिया माशांचे संवर्धन करणे शक्य आहे. स्थानिक बाजारपेठेत या माशाला चांगली मागणी आहे.

टिलापिया माशाला 'पाण्यातील चिकन' असेदेखील म्हटले आहे. टिलापिया माशाची जात जलद गतीने वाढते.

गिफ्ट टिलापियाची वैशिष्ट्ये

- ही जात सर्व प्रकारचे पूरक खाद्य खाते.
- हंगामी तळ्यात संवर्धन करता येते. तळ्यात बीज संचयन घनतादेखील जास्त ठेवता येते.
- रोगप्रतिकारक क्षमतादेखील जास्त असते.
- बारमाही तळ्यात तीन वेळा टिलापिया प्रजातीच्या माशांचे संवर्धन करणे शक्य आहे.
- संवर्धन करण्यापूर्वी, मस्त्य व्यवसाय विभाग, महाराष्ट्र राज्य यांची परवानगी घेणे आवश्यक असते. यासाठी जिल्हा मत्स्य व्यवसाय अधिकारी कार्यालयाशी संपर्क साधावा.
- गिफ्ट माशाला 'जेनेटीकली इम्प्रुव्ह्ड फार्म टिलापिया' असे म्हटले जाते.

मत्स्यबीज संचयनपश्चात व्यवस्थापन

कृत्रिम खाद्य पुरवणे

मत्स्य तळ्यामध्ये नैसर्गिकरीत्या उपलब्ध असलेल्या खाद्यापेक्षा जास्त खाद्य मत्स्यबीजाला आवश्यक असते.

तरंगणाऱ्या स्वरूपातील कृत्रिम खाद्य तसेच शेवया स्वरूपातील खाद्य बीजांच्या वाढीसाठी उपयुक्त ठरतात. खाद्यामुळे तळ्यातील पाण्याची गुणवत्ता खराब होणार नाही, तसेच मत्स्यबीजांच्या जीविताचे प्रमाण अधिक मिळेल याची काळजी घ्यावी.

खतांचा वापर

दर महिन्याला प्रति हेक्टरी १००० किलो जैविक खत वापरावे. अजैविक खत लागोपाठच्या महिन्यांमध्ये मध्यानंतर जैविक खतांबरोबर वापरावे. खतांचा अति वापर करणे टाळावे

मत्स्यबीज नमुना तपासणी

नियमित तपासणी करून मत्स्यबीजांच्या निकोप वाढीची व आरोग्याची खात्री करून घ्यावी.

वाढलेले मासे पकडणे

सहा महिन्यांचा कालावधी संपल्यानंतर तळ्यामधील मासे पकडायला सुरुवात करावी. माशांचे वजन पाच ते सहा महिन्यांत सरासरी ५०० ग्रॅमपर्यंत मिळू शकते. पाण्याची पातळी अंशिक कमी करून किंवा

वाढ झालेले मासे काढणे

जाळ्याचा वापर करून माशांना पकडावे. कधीकधी तळे पूर्णपणे रिकामे करूनदेखील मासे पकडतात.

माशांच्या संवर्धनासाठी आवश्यक बाबी

तळ्याची निवड

- संवर्धनासाठी कोणतेही बारमाही गोडे पाणी असलेले तळे किंवा टाकी वापरावी. तळ्याची किंवा टाकीची खोली सर्वसाधारणपणे १.५ ते २ मीटर एवढी असावी.
- तळ्यातील पाण्याच्या खोलीची पातळी १ मीटरपेक्षा खाली जाऊ नये; जेणेकरून माशांचे संवर्धन करणे सोयीचे होईल.
- कमी कालावधीच्या गिफ्ट माशांच्या संवर्धनासाठी हंगामी तळेदेखील वापरता येते. हंगामी तळ्यामध्ये पाण्याची खोली सर्वसाधारणपणे १ ते १.२५ मीटरपर्यंत असावी.
- मत्स्य तळ्याची निवड करताना तळ्यातील माती पाणी टिकवून ठेवणारी असावी. तळ्यात पाण्याचा पुरवठा सुरळीत असावा. तळे कुठल्याही पूरग्रस्त भागात नसावे. वापरात नसलेले किंवा दलदलीचे तळे त्यातील पाणी व गाळ काढून तळ्याच्या बंधाऱ्याची दुरुस्ती करून व तळ्याचे नूतनीकरण करून वापरले जाऊ शकते.
- मत्स्य तळ्यामध्ये पाणी आत घेण्याची व पाणी बाहेर सोडण्याची व्यवस्था करावी. नैसर्गिक पाण्याच्या स्रोतांची जैवसुरक्षा लक्षात घेता तळ्याच्या बंधाऱ्याची सर्वसाधारण उंची, पाण्याचे व्यवस्थापन आणि इतर जैवसुरक्षा उपाययोजना गिफ्ट माशांचे संवर्धन करताना अवलंबणे महत्त्वाचे ठरतात.
- तळ्यातील पाणी नैसर्गिक नदी, नाले, ओढे इत्यादींमध्ये सोडण्यापूर्वी व्यवस्थित उपचार करून सोडावे.
- मासे पकडताना माशांची अंडी नैसर्गिक पाण्याच्या स्रोतांमध्ये जाणार नाहीत, याची काळजी घ्यावी.
- पक्षिप्रतिबंधक जाळे किंवा पक्षी घाबरून तळ्याकडे येणार नाहीत, असे प्रतिबंधक जाळे किंवा पक्षी तळ्यामध्ये बसवावेत.
- तळ्याच्या बंधाऱ्याची उंची मोठी व पुरेशी ठेवावी; जेणेकरून मासे तळ्याबाहेर पडणार नाहीत, याची काळजी घ्यावी.
- तळ्याला पाणी बाहेर सोडण्यासाठी दरवाजा बसवला असेल तर अशा दरवाजास व्यवस्थित आस असलेले जाळे बसवावे; जेणेकरून मासे, माशांची अंडी व माशांची पिल्ले नैसर्गिक पाण्याच्या स्रोतात जाणार नाही.
- माशांचे संवर्धन करण्यापूर्वी मार्गदर्शक

तळ्याची निवड

तत्त्वांची माहिती घेऊन मत्स्य संवर्धनास सुरुवात करावी.

तळ्याची संचयनपूर्व तयारी

- मत्स्य तळे नवीन असल्यास चुना मारून पाणी भरून घ्यावे.
- मत्स्य तळे जुने असल्यास तळ्यामधील नको असलेले मासे व तण काढून टाकावे.
- नको असलेले मासे व इतर परपोशी मासे किंवा तळ्यातील इतर जलचर प्राणी जाळ्याचा वापर करून काढावेत. तळ्यातील पाणी पूर्णपणे काढून तळे रिकामे करावे. तळे सूर्यप्रकाशात सुकवून नको असलेले मासे व इतर जलचर प्राणी यांच्यावर नियंत्रण ठेवता येते.

अ) चुना मारणे

- आम्लयुक्त तळ्याची किंवा टाकीची उत्पादनक्षमता अल्कली तळ्यापेक्षा किंवा टाकीपेक्षा कमी असते. तळ्याचा सामू नियंत्रित ठेवण्यासाठी चुना मारून घ्यावा.
- चुना मारल्याने तळ्याचा सामू वाढण्यास मदत मिळते. सामूचा चढउतार टळतो, इतर परजीवी मरण पावतात व सेंद्रिय पदार्थांची कुजवणूक लवकर होते.
- सर्वसाधारणपणे प्रति हेक्टरी २०० ते २५० किलो चुना मारावा. तळे नवीन असल्यास चुना मारून झाल्यानंतर पावसाच्या पाण्याने अथवा इतर पाण्याने भरून घ्यावे.

खतांचा वापर

ब) खतांचा वापर

- खतांच्या वापराचे नियोजन तळ्यामधील मातीची गुणवत्ता ठरवून करावे. जैविक व अजैविक खते संयोजन करून वापरल्यास चांगले परिणाम मिळू शकतात.
- जैवित खतांचा वापर चुना मारून झाल्यानंतर तीन दिवसांचे अंतर ठेवून करावा.
- प्रति हेक्टरी ५,००० किलो शेणखत वापरावे. जैविक खतांचा वापर केल्यानंतर १५ दिवसांनी अजैविक खतांचा वापर करावा.

क) मत्स्यबीज संचयन

- तळ्यामध्ये जैविक व अजैविक खतांचा वापर केल्यानंतर १५ दिवसानंतर मत्स्यबीज संचयनासाठी तळे तयार होते.
- एका महिन्याचा कालावधी झालेले २ ते २.५ सेंमी आकाराचे मत्स्यबीज मत्स्य संवर्धन तळ्यात सोडावे.
- मत्स्यबीजांची संचयन घनता तळ्यात तीन ते पाच नग प्रति चौरसमीटर एवढी ठेवावी; जेणेकरून जीविताचे प्रमाण व मत्स्यबीजांची वाढ चांगली मिळेल.

मत्स्यबीज संचयन

२

मागूर

मागूर मासा गोड्या पाण्यामध्ये– विशेषत: दलदलीच्या भागांमध्ये नैसर्गिकरीत्या आढळतो. हा मासा चविष्ट, काटे कमी असलेला व औषधी गुणधर्म असलेला मासा आहे. मागूर संवर्धनासाठी लागणारा कालावधी कार्प संवर्धनाच्या तुलनेत कमी म्हणजे सहा महिने इतकाच आहे.

भारतामध्ये प्रामुख्याने कार्प (कटला, रोहू, मृगल इत्यादी) या प्रजातीच्या माशांचे संवर्धन मोठ्या प्रमाणात केले जाते. गोड्या पाण्यातील मत्स्य संवर्धनातून मिळणाऱ्या एकूण मत्स्य उत्पादनापैकी ८० टक्के उत्पादन फक्त कार्प माशांपासून मिळते. सुधारित पद्धतीने कोळंबी संवर्धनातून चांगला नफा मिळतो. मात्र, कोळंबीला वारंवार होणारे रोग टाळण्याकरिता कोळंबी उत्पादन आलटूनपालटून घेणे फायदेशीर ठरते. म्हणून तळ्यामध्ये पहिल्या टप्प्यात मत्स्य संवर्धन करावे. यासाठी मागूर व पंगस या प्रजातीच्या माशांचे संवर्धन उपयोगी ठरते.

वैशिष्ट्ये

- हा गोड्या पाण्यामध्ये– विशेषत: दलदलीच्या भागामध्ये नैसर्गिकरीत्या आढळतो.
- चविष्ट, काटे कमी असलेला व औषधी गुणधर्म असलेला मासा आहे.
- हवेतील प्राणवायूचादेखील श्वसनासाठी वापर करण्याची व काही काळ पाण्याबाहेर रेंगाळण्याची याच्यामध्ये क्षमता आहे.
- पश्चिम बंगाल व त्रिपुरा या दोन राज्यांत मागूरला चांगली मागणी आहे.
- भारतीय मागूर ***(Clarias Glaripenius)*** या प्रजातीला बाजारपेठेमध्ये चांगली मागणी आहे, तसेच दरदेखील चांगला मिळतो.

मागूर संवर्धन

भारतीय मागूरची नैसर्गिक उपलब्धता दिवसेंदिवस कमी होत आहे. याचे कारण आफ्रिकन मागूरचा ***(Clarias Glaripenius)*** भारतामध्ये झालेला शिरकाव. आफ्रिकन मागूर हा भारतीय मागूरपेक्षा वेगाने वाढतो तसेच विविध प्रकारचे अन्नग्रहण करतो.

भारतीय देशी मागूर नैसर्गिकरीत्या मिश्र आहारी, निशाचर आहे. वनस्पतिजन्य पदार्थांबरोबर हा मासा प्राणिजन्य पदार्थांचेदेखील सेवन करतो. पाण्याची कमी खोली (साधारणत: तीन ते चार फूट) व तळाला चिखल असलेली जागा मागूरला आवडते. बहुतेक वेळा हा मासा तळ्यातील चिखलामध्ये लपून बसतो. अधूनमधून प्राणवायू श्वसनासाठी पृष्ठभागावर येत असतो.

तळ्याची पूर्वतयारी

या माशाचे संवर्धन करण्यासाठी तळ्याचे क्षेत्रफळ साधारणत: १००० चौरसमीटर व तळ्याची खोली १.५ ते २ मीटर एवढी असावी. १००० चौरसमीटर

एवढी जागा उपलब्ध नसल्यास ५०० ते १००० चौरसमीटर एवढ्या आकाराचे तळेसुद्धा संवर्धनास सोईस्कर होऊ शकते.

प्रथमत: नवीन तळ्यातील मातीचा सामू नियंत्रित राखण्याकरिता तळ्यामध्ये शेतीचा चुना विसकटून घ्यावा. चुन्याचे प्रमाण २०० किलो प्रति हेक्टर एवढे असावे. तलाव जुना असेल तर चुन्याचे प्रमाण ५०० ते ७५० किलोग्रॅम प्रति हेक्टर एवढे ठेवावे.

तळ्यामध्ये बोटुकली संचयन

या प्रजातीच्या माशांच्या बोटुकलीचे आकारमान ७.५ सेंमी लांब असावे. ऑक्टोबर महिन्यात या माशाचे संचयन करणे फायदेशीर ठरते. हा मासा पाच ते सहा महिन्यांत विक्रीयोग्य होतो. सर्वसाधारणपणे प्रति हेक्टरी ४०,००० ते ५०,००० बोटुकली एवढी संचयन घनता ठेवली जाते.

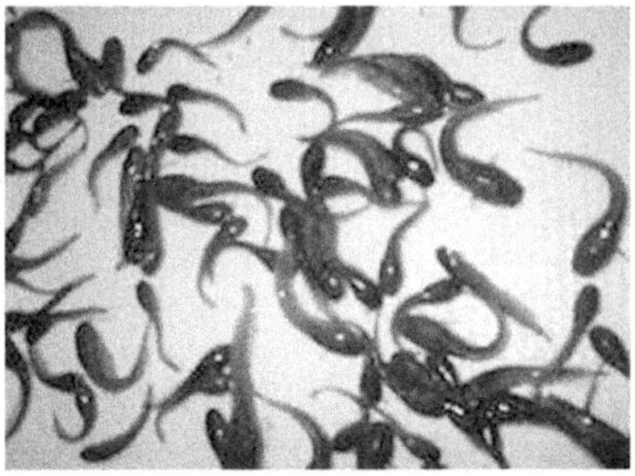

मागूर बोटुकली

खाद्य व्यवस्थापन

तळ्याचे सर्व अर्थशास्त्र खाद्याच्या व्यवस्थापनावर अवलंबून असते. माशांच्या योग्य वाढीसाठी बाजारामध्ये उपलब्ध असलेली स्वस्त मासळी ७० टक्के आणि भाताचा कोंडा ३० टक्के या प्रमाणात पुरवावा. पुढील महिन्यापासून भाताच्या कोंड्याची टक्केवारी वाढवली तरी चालते. या माशाला तयार केलेले खाद्य त्याच्या शरीराच्या सरासरी वजनाच्या १० टक्के, दुसऱ्या महिन्यांत आठ ते पाच टक्के व तिसऱ्या महिन्यांनंतर शेवटपर्यंत पाच ते तीन टक्के एवढे पुरवले गेले पाहिजे.

उत्पादन

सहा महिन्यांमध्ये मागूर १५० ते २०० ग्रॅमपर्यंत विक्रीयोग्य होतो. मागूर संवर्धनासाठी योग्य व्यवस्थापन केल्यास ७० ते ८० टक्के एवढे जिवंत मासे व सहा ते आठ टन उत्पादन प्रति हेक्टरी सहा महिन्यांच्या संवर्धन कालावधीत मिळू शकते.

मासे पकडण्यासाठी मत्स्य तळे पूर्णपणे रिकामे करून पाणी ज्या ठिकाणाहून बाहेर सोडले जाते त्या ठिकाणी जाळे बांधून माशांना पकडावे. तळ्याच्या तळाशी राहिलेले मासे हाताने पकडावेत.

तळ्यात कुठेही भगदाड पडलेले वा तडे गेलेले नाहीत ना, याची खात्री करून घ्यावी. त्यानंतर चांगले गाळलेले पाणी ५० सेंमी खोलीपर्यंत भरून घ्यावे. नीट खात्री करून घेतल्यानंतरच तळ्यामध्ये शेणखत ५,००० किलोग्रॅम प्रति हेक्टर किंवा कोंबडी विष्ठेपासून मिळालेले खत १,००० किलोग्रॅम प्रति हेक्टर वापरावे. सोबत १५० किलोग्रॅम सिंगल सुपर फॉस्फेट प्रति हेक्टर तळ्यात मिसळावे. तळ्यामध्ये पाण्याची पातळी ०.७५ ते १ मीटर एवढी असावी. पाण्यावरील बांधाचा भाग कमीत कमी २ फूट एवढा असावा; जेणेकरून हा मासा पाण्याबाहेर पडणार नाही. चिखलाचा किंवा चिकण मातीचा तळ असलेला तलाव संवर्धनासाठी उपयुक्त ठरतो.

हा मासा सवयीनुसार सतत पाण्याच्या पृष्ठभागावर हवेतील प्राणवायू घेण्यासाठी येत

असतो. तेव्हा, हा मासा इतर पक्ष्यांचे भक्ष्य बनू शकतो. म्हणून तळ्याच्या वरती पक्षी येऊ नयेत म्हणून जाळ्याचे संरक्षण देणे महत्त्वाचे असते.

जल व्यवस्थापन

माशांचे उत्पादन व माशांचा आजार हे दोन महत्त्वाचे घटक पाण्याच्या व्यवस्थापनावर अवलंबून असतात. पाणी दूषित असल्यास व पाण्याचे व्यवस्थापन चांगले नसल्यास माशांमध्ये आजार दिसतात. त्याचा खूप मोठा परिणाम उत्पादनावरदेखील होऊ शकतो.

जसजसा संवर्धनाचा कालावधी वाढतो तसतसा स्वच्छ पाण्याचा दर्जा व पातळी व्यवस्थित ठेवावी. जसे संवर्धनास दोन महिने पूर्ण होतील व तिसऱ्या महिन्यांस सुरुवात होईल, तसे १५ दिवसांतून एकदा किंवा एका महिन्यात १५ ते २० टक्के एवढे पाणी बदलावे. त्यामुळे तळ्यामधील पाण्याची प्रत व्यवस्थित राहते.

३
मरळ

मरळ माशाच्या डोक्याचा आकार हा सापाच्या डोक्यासारखा असतो म्हणून या माशास इंग्लिशमध्ये 'स्नेकहेड' असे म्हटले जाते. हा मासा सवयीप्रमाणे उथळ पाण्यात (तलाव, सरोवर) आढळतो. मरळ हवेतील प्राणवायू श्वसनासाठी वापरतो. हा मासा पाण्याबाहेर काही तास जिवंत राहू शकतो तसेच कमी पाण्यातही काही दिवस जगू शकतो.

हा मासा गोड्या पाण्यातील अतिशय प्रचलित मासा आहे. भारतात बऱ्याच ठिकाणी गोड्या पाण्यात याचे वास्तव्य बघावयास मिळते. या माशाला बाजारात अत्यंत मागणी आहे. तो चविष्ट असून, त्यामध्ये औषधी गुणधर्म आहेत, काटे कमी असतात. मात्र, हा मासा अत्यंत मांसभक्षक असल्यामुळे याचे संवर्धन दुसऱ्या माशांसोबत करण्याचे टाळावे. योग्य व्यवस्थापन केल्यास आठ महिन्यांच्या संवर्धन काळानंतर हे मासे ८०० ते ९०० ग्रॅम वजनाचे होतात. या माशांना बाजारपेठेत चांगली मागणी आहे. या माशांचे शास्त्रीय पद्धतीने संवर्धन केल्यास मत्स्यशेतीतील नफा वाढू शकतो.

बीजोत्पादन

- मरळ माशाच्या बीजोत्पादनासाठी, माशांना चांगले प्रथिनयुक्त खाद्य पुरवणे गरजेचे असते. यामध्ये कोंबड्यांची आतडी, माशांचा टाकाऊ भाग, इतर जनावरांचा यकृताचा भाग अशा खाद्यपदार्थांचा समावेश होतो.
- खाद्यांचे प्रमाण, प्रत, खाद्य पुरवण्याची वेळ योग्य असेल तर मासे चांगल्या प्रतीची अंडी देतात. मरळ एका वेळी ६,००० पेक्षा जास्त अंडी देऊन त्यापैकी ९० टक्के अंडी फलित करतो.
- प्रजननक्षम मासेपालनाकरिता ६ मी × ५ मी × १ मी आकाराचे तळे तयार करावे. तळ्यामधील पाण्याची पातळी साधारणतः १ मीटर एवढी ठेवावी. एका चौरस मीटर करीता एक मासा अशी संचयन घनता तळ्यामध्ये ठेवली जाते.
- मऊ व फुगीर पोट असलेली मादी प्रजननासाठी योग्य समजली जाते. परिपक्व मादीच्या पोटावर हलकासा दाब दिल्यास थोडी अंडी बाहेर येतात.

बीजोत्पादन

- प्रजननाकरिता शिफारशीत संप्रेरकाचा वापर करावा. प्रजननाकरिता एका मादीस दोन नर या प्रमाणात माशाची निवड केली जाते. संप्रेरकाचे इंजेक्शन दिल्यानंतर परिपक्व मासे ६ मी × ५ मी × १ मी आकाराच्या सिमेंट काँक्रीटच्या अथवा मातीच्या तळ्यात सोडावेत.
- सिमेंट क्राँक्रीटची टाकी वापरल्यास टाकीच्या तळाशी २५ सेंमी एवढा काळ्या मातीचा अथवा चिकण मातीचा थर ठेवावा.
- माशांना लपण्यासाठी जागा मिळावी म्हणून प्रजनन टाकीमध्ये पाणवनस्पती सोडाव्यात.
- ६ ते १० तासानंतर मासे अंडी देण्यास सुरुवात करतात. संपूर्ण अंडी देण्याकरिता २४ ते ३० तास एवढा कालावधी लागतो.
- या माशामध्ये अंड्याचे फलन शरीराबाहेर होते. फलित झालेली अंडी पाण्यावर तरंगू लागतात.

  अंडी फलित झाल्यानंतर पुढील २४ ते ३० तासांपर्यंत २.८ ते ३.२ मिमी लांबीची पिल्ले अंड्यामधून बाहेर येतात.
- या प्रजातीमध्ये, विशेषत: नर मासा पिल्लांची काळजी घेतो. साधारणत: एका मादीपासून चार ते आठ हजार पिल्ले प्राप्त होतात.
- सुरुवातीचे तीन दिवस पिल्ले वाढीकरिता शरीरामध्ये साठवलेल्या अन्नद्रव्याचा उपयोग करतात. तीन दिवसांनंतर पिल्ले बाहेरील पाण्यातील प्राणी-प्लवंग खाण्यास सुरुवात करतात. पुढील दोन आठवडे पिल्लांना पालक माशांसोबतच टाकीमध्ये ठेवले जाते. दोन आठवड्यांनंतर मात्र पिल्लांना पालक माशांच्या टाकीबाहेर काढावे.
- दोन आठवड्यांच्या पिल्लांना सडलेली कोंबड्यांची आतडी अथवा टाकाऊ माशांचे भाग अन्न म्हणून दिले जाते. एका महिन्यानंतर पिल्लांचा रंग लालसर व लांबी साधारणत: १५ मिमी एवढी होते.
- एक महिन्याच्या पिल्लांना पुढे ३ मी × १ मी × १ मी आकारमानाच्या टाकीमध्ये एका चौमी क्षेत्रफळासाठी ५०० पिल्ले एवढ्या प्रमाणात सोडले जातात.
- दोन महिन्यांनंतर पिल्ले ४ ते ५ सेंमीपर्यंत वाढतात. त्यांना बोटुकली म्हणून संबोधले जाते.

संवर्धन

- मरळ संवर्धनासाठी साधारणपणे ५० चौमीटर आकाराचे (१० मी × ५ मी) तळे असावे. पाण्यासाठी संवर्धनाच्या ठिकाणी विहीर असावी किंवा पाण्याचा दुसरा नैसर्गिक स्रोत असावा. खाद्यासाठी खासकरून कोंबड्यांचे आतडे किंवा टाकाऊ, कमी दर्जाचे मासे वापरावेत.
- संवर्धनासाठी जमिनीत खोदलेले तळे वेगवेगळ्या आकारांचे असू शकतात. जमिनीत खोदलेल्या तळ्यात पाण्याची खोली साधारणपणे १ मीटरपर्यंत असावी. संवर्धन तळ्याच्या बुडापासून २५ सेंमीपर्यंत चिकण मातीचा थर असावा.
- तळे साधारणपणे ऑक्टोबर महिन्यात १ मीटरपर्यंत पाण्याने भरून घ्यावे. तळ्यामध्ये सारख्या आकाराची (८ सेंमी ते १० सेंमी) व वजनाने ५ ते १२ ग्रॅम बोटुकली प्रति

हेक्टरी १२,००० ते १५,००० नग ऑक्टोबर महिन्यात संचयन करावीत.

- बोटुकलीस उकडलेल्या कोंबड्यांचे आतडे माशांच्या वजनाच्या ५ ते १० टक्के एवढे खाद्य पुरवावे.
- तळ्यामध्ये विहिरीतून अथवा इतर पाण्याच्या स्रोतांमधून पाणीभरणा सतत करत राहावा. कारण तळ्यामधील पाण्याची पातळी बाष्पीभवनामुळे अथवा पाण्याच्या होणाऱ्या जमिनीतील निचऱ्यामुळे कमी होऊ शकते.
- तळ्यामधील पाणी तीन ते चार महिन्यांत पूर्णपणे बदलावे, त्यामुळे रोगराईचे प्रमाण कमी होते.
- योग्य व्यवस्थापन केल्यास आठ महिन्यांचा संवर्धन काळ पूर्ण झाल्यानंतर मरळ मासे ८००-९०० ग्रॅम वजनाचे होतात. त्यांच्या जीविताचे प्रमाणे ९० ते ९५ टक्के एवढे मिळू शकते.

मरळ हा हवेतील प्राणवायू घेणारा मासा असल्यामुळे हे मासे तळ्याच्या पृष्ठभागावर श्वसन करण्यासाठी येतात. त्या वेळी ते इतर पक्ष्यांचे भक्ष्य बनू शकतात. त्यास प्रतिबंध म्हणून तळ्यावर पक्षिप्रतिबंधक जाळे बसवणे आवश्यक आहे.

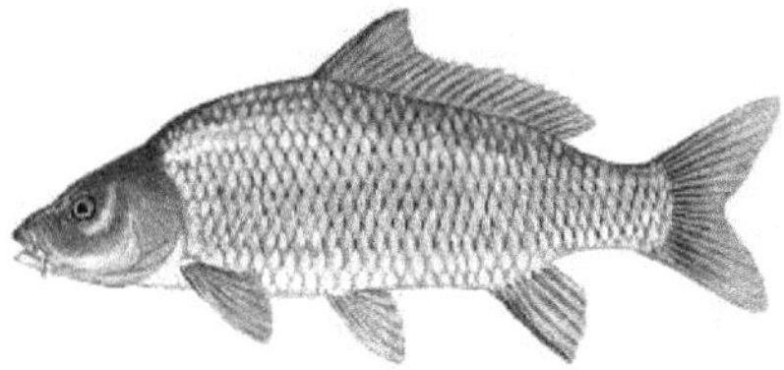

४
कार्प

कार्प माशांचे संचयन करण्यापूर्वी तळ्यातील पाणवनस्पतींचे, नको असलेल्या परपोशी माशांचे व पाण्यातील कीटकांचे प्रभावी नियंत्रण करणे आवश्यक आहे. त्यासोबतच उत्पादकता वाढवण्यासाठी योग्य पद्धतीने मत्स्यबीज संचयन करणे व शिफारशीनुसार योग्य प्रमाणात खतांचा वापर करावा.

भारतामध्ये कार्प प्रजातीच्या माशांचा मत्स्य संवर्धनामध्ये सर्वाधिक वापर केला जातो. एकूण मत्स्योत्पादनातया माशांचा ८५ टक्के वाटा आहे. रोहू, कटला, मृगल या माशांना भारतीय प्रमुख कार्प मासे म्हणतात. या माशांच्या संवर्धनापूर्वी संवर्धन तळ्यात काही कामे करावी लागतात.

मत्स्यतळ्यातील पाणवनस्पतींचे नियंत्रण

- पाणवनस्पती मत्स्य संवर्धन तळ्याच्या कडेला, तळ्यात, पाण्यावर किंवा अर्धबुडालेल्या अथवा तळ्यातील तळभागात सापडतात.
- पाणवनस्पती पाण्यातील पोषकतत्त्वे शोषून घेतात, त्यामुळे माशांसाठी असलेल्या उपयुक्त प्लवंगाची वाढ थांबते. पाण्यामध्ये व्यवस्थित प्रकाश पोहोचत नाही. प्रकाश संश्लेषण क्रियादेखील मंदावते. रात्री पाण्यातील प्राणवायू कमी होतो.
- पाणवनस्पतींमध्ये पाणकिडे व इतर परपोशी लपण्यास मदत होते. माशांना फिरण्यासाठी तळ्यात जागा कमी मिळते.
- संवर्धन तळ्यात जाळे वापरण्यास अडथळा निर्माण होतो.

नियंत्रण

- यंत्राच्या साहाय्याने, मनुष्यबळाचा वापर करून, रासायनिक किंवा जीवशास्त्रीय पद्धतीचा वापर करून पाणवनस्पतींचे नियंत्रण करता येते. पाणवनस्पतींची तळ्यातील व्यापकता तळ्याचा आकार व वेळ यावर अवलंबून असते.
- मत्स्य संवर्धन तळ्यातून नको असलेल्या पाणवनस्पती मनुष्यबळाचा वापर करून काढाव्यात. बांबूला दोन्ही बाजूस दोर बांधून तो तळ्यातून ओढून घेतल्यास तरंगणाऱ्या पाणवनस्पती बाहेर काढता येतात.
- तळ्याच्या कडेला असलेल्या पाणवनस्पती धारदार पात्याने किंवा हुक्सचा वापर करूनदेखील काढता येतात.
- ज्या तळ्यात खूप पाणवनस्पती वाढल्या आहेत, अशा तळ्यात कटरचा वापर करून वनस्पतींवर नियंत्रण मिळवता येते. पाणवनस्पती तळभागात असतील तर तळ्यातील पाणी कमी करून पाणवनस्पती

पाण्यातून काढून घ्याव्यात. पाणवनस्पतींवर नियंत्रण मिळवण्यासाठी काही पाणवनस्पती खाणाऱ्या माशांचा (ग्रास कार्प, कॉमन कार्प, गुरामी, सिल्वर बाब इत्यादींचा) वापर करता येतो.

तळ्यात नको असलेले परपोशी मासे काढणे

- ज्या मत्स्य तळ्यात बारमाही पाणी असते, अशा तळ्यात संहारक मासे, कासव, बेडूक इत्यादी परपोशी प्राणी कायम वास्तव्यास असतात. मरळ, गोबी, मागूर, सिंगी इत्यादी परपोशी मासे, तसेच पन्टीअस, बारबस, ऑक्सिगॅस्टर, अमबॅसिस, गुडीसीया चापरा इत्यादी पाणवनस्पती खाणारे मासे मत्स्य संवर्धन तळ्यात पावसाळ्यात वाहून येतात. हे मासे, कार्प मासे प्रजनन करण्यापूर्वी प्रजनन करून तळ्यातील आपली संख्या वाढवतात. हे मासे कार्प माशांची पिल्ले तर खातातच; शिवाय, कार्प माशांसोबत खाद्यासाठी, जागेसाठी व प्राणवायूसाठी स्पर्धा करून कार्प माशांची संवर्धन तळ्यातील संख्या कमी करतात. त्यामुळे नको असलेल्या माशांना तळ्यातून काढणे महत्त्वाचे ठरते.
- नको असलेल्या माशांना काढण्यासाठी सर्वप्रथम मत्स्य तळे पूर्णपणे रिकामे करावे. त्यामुळे नको असलेले तळ्यातील मासे पाण्यातून निघून जातील.
- पाणी काढणे शक्य नसेल तर जाळ्याचा वापर करावा.

पाण्यातील कीटकांवर नियंत्रण

- मत्स्य संवर्धन तळ्यामध्ये अनेक कीटक वास्तव्य करत असतात. संवर्धन तळ्यात खतांचा वापर झाल्यानंतर पाण्यातील कीटकांची संख्यादेखील वाढते. तळ्यातील कीटक मत्स्यबीजांना खातात. मत्स्यबीजांच्या शरीरातील उपयुक्त द्रव शोषून घेतात. त्यामुळे मत्स्यबीजांची वाढ खुंटते, जीविताचे प्रमाणदेखील कमी मिळते. कीटकांचा नायनाट करण्यासाठी सर्वात प्रभावशाली पद्धत म्हणजे साबण व तेल यांच्या मिश्रणाचा वापर. तज्ज्ञांच्या सल्ल्याने प्रति हेक्टरी १८ किलो साबण, तर ५.६ किलो वनस्पती तेल वापरावे. हे मिश्रण कार्प बीज संचयन करण्यापूर्वी एक ते दोन दिवस अगोदर वापरावे.

मत्स्यबीज संचयन करणे

- मत्स्य संवर्धन तळ्यात बोटुकली आकाराच्या मत्स्यबीजांचे संचयन करावे.
- मत्स्यबीज थंड वातावरणामध्ये तळ्यामध्ये सकाळी किंवा संध्याकाळी सोडावेत.
- मत्स्यबीजास मत्स्य संवर्धन तळ्यातील पाण्याशी व तळ्यातील वातावरणाशी एकरूप करणे महत्त्वाचे असते. त्यासाठी मत्स्यबीज असलेल्या पिशव्यांमध्ये आधी तळ्यातील थोडे पाणी टाकावे; जेणेकरून काही वेळानंतर मत्स्यबीज तळ्यातील पाण्यासोबत एकरूप होईल.
- मत्स्यबीज असलेल्या पिशव्या तळ्यातील पाण्यात काही वेळासाठी तरंगत ठेवाव्यात. नंतर मत्स्यबीज पाण्यामध्ये सोडावे.
- मत्स्यबीज पाण्यात सोडण्यापूर्वी तरंगणाऱ्या मत्स्यबीज असलेल्या पिशव्यांवर पाणी

शिंपडत राहावे; जेणेकरून मत्स्यबीज थैल्यांमधील पाणी तळ्यातील पाण्याशी व तापमानाशी एकरूप होईल. त्यामुळे तळ्यात सोडलेल्या मत्स्यबीजांवर ताण येणार नाही आणि मत्स्यबीजाची मरतूकही कमी होईल.

तळ्यातील मातीची उत्पादकता वाढवणे

- माशांचे उत्पादन हे तळ्यातील मातीच्या भौतिक, रासायनिक व जीवशास्त्रीय गुणधर्मांवर अवलंबून असते.
- तळ्याच्या तळातील मातीमध्ये अनेक उपयुक्त प्रक्रिया सुरू असतात. त्या प्रक्रियेद्वारे पाण्यात अनेक महत्त्वाची खनिजे, पोषकतत्त्वे उपलब्ध होत असतात.
- भौतिक गुणधर्मामध्ये मातीचा पोत, मातीची पाणी धरून ठेवण्याची क्षमता; तर रासायनिक गुणधर्मात सामू, जैविक कार्बन, उपलब्ध नायट्रोजन, उपलब्ध फॉस्फरस हे महत्त्वाचे घटक तळ्याचे व्यवस्थापन करण्यासाठी महत्त्वाचे आहेत. तळ्याच्या मातीचा सामू खूप आम्लयुक्त असेल, तर तशी माती कमी उत्पादनशील असते. त्यासाठी ६.५ ते ७.० हा उत्पादनशील सामू मानला जातो.

प्लवंगवाढीसाठी उपाययोजना

- सुरुवातीच्या वाढीच्या अवस्थेत कार्प मासे नैसर्गिकरीत्या उपलब्ध असलेले वनस्पती-प्लवंग व प्राणी-प्लवंग खात असतात. प्राणी-प्लवंगांची संख्या वनस्पती-प्लवंगांच्या संख्येवर अवलंबून असते. वनस्पती-प्लवंगांची वाढ पाण्यात असलेल्या पोषकतत्त्वांवर टिकून असते.
- पाण्यातील महत्त्वाची पोषकतत्त्वे, जसे क, नायट्रोजन, फॉस्फरस, कार्बन इत्यादी कमी असतील, तर अशी पोषकतत्त्वे बाहेरून देणे गरजेचे ठरते; जेणेकरून प्लवंगांची वाढ चांगली होईल.
- जैविक किंवा अजैविक खतांचा वापर करून पाण्यातील पोषकतत्त्वे वाढवता येतात. तळ्यात माशांचे संचयन करण्यापूर्वी १५ दिवस अगोदर प्रति हेक्टरी १० टन शेण मिसळावे.

कार्प माशांचे योग्य संवर्धन व्यवस्थापन

कार्प माशांचे उत्पादन अधिक प्रमाणात मिळवण्यासाठी सुधारित मत्स्य संवर्धन पद्धतीचा अवलंब करावा. तळ्यामध्ये खाद्यनिर्मितीसाठी खतांचा योग्य प्रमाणात वापर करावा. तसेच माशांसाठी पूरक खाद्य व्यवस्थापनाकडेही लक्ष दिले पाहिजे.

भारतीय प्रमुख कार्प मासे म्हणजेच रोहू, कटला व मृगल माशांचे संवर्धन मिश्र संवर्धन पद्धतीत गोड्या पाण्यात केले जाते. तळ्यातील वरच्या थरातील अन्न कटला, मधल्या थरातील

कटला

रोहू

मृगल

अन्न रोहू व तळामधील अन्न मृगल खात असतो. तळ्यातील वनस्पती-प्लवंग, प्राणी-प्लवंग व कुजलेल्या पाणवनस्पती इत्यादी अन्नघटक मासे खात असतात.

कार्प प्रजातीच्या माशांचे संवर्धन वेगवेगळ्या आकारमानाच्या तळ्यात करता येते. त्यासाठी वेगवेगळ्या गोड्या पाण्याच्या स्रोतांचा व मत्स्य संगोपन पद्धतींचा वापर करता येतो. विविध प्रमाणित संवर्धन पद्धतीमध्ये खाद्य, खते, बीज व पाणी यांचे व्यवस्थापन केले जाते.

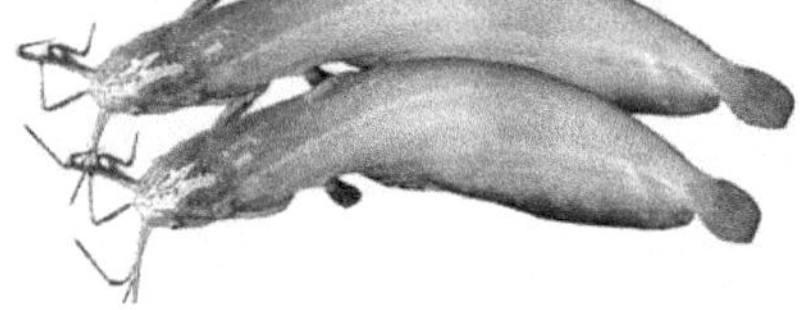

५

शिंगी

हा मासा विशिष्ट चवीमुळे आणि औषधी गुणधर्मांमुळे जगभर प्रसिद्ध आहे. भारतात हा मासा नवीन असला तरी तळ्यात या माशाचे संगोपन करता येते.

शिंगी मासा ***(Heteropneustes fossilis)*** त्यांच्या चवीमुळे भारतभर ओळखला जातो. बाजारपेठेतदेखील याला चांगली मागणी आहे.

वैशिष्ट्ये

- हा मासा औषधी गुणधर्मांनी युक्त असून, यात पोषकतत्त्वे मुबलक प्रमाणात असतात.
- मोठ्या प्रमाणात लोह, तसेच इतर काही गोड्या पाण्यातील माशांच्या तुलनेत या माशात कॅल्शिअम जास्त असते.
- पोषकतत्त्वांमुळे हे मासे आजारी व्यक्तींच्या आहारात सुचवले जातात.
- कमी प्राणवायू असलेल्या पाण्यात तग धरू शकतात. उथळ पाण्यात वास्तव्य करतात.
- यांचे वास्तव्य तळ्यात, लांब अरुंद चारीत, दलदलीच्या जागी, साचलेल्या पाण्यात इत्यादी ठिकाणी बघायला मिळते.
- प्रजनन पावसाळ्यात होते. एक वर्ष वयाचे नर व मादी मासे प्रजननक्षम असतात. या माशांमध्ये पिल्लांची काळजी घेतली जात नाही.
- संप्रेरकांचा वापर करून कृत्रिमरीत्यादेखील या माशांचे प्रजनन करता येते. हे मासे कीटक, ओस्ट्रॅकोड, कृमी, शेवाळ आणि काही सेंद्रिय पदार्थ खातात.
- जीवनचक्रातील सुरुवातीच्या पायऱ्यांमध्ये हे मासे एकमेकांनादेखील खातात. हे मासे खूप सशक्त असून पाण्याच्या बाहेरदेखील काही तास जिवंत राहू शकतात.

संगोपन तळ्याची तयारी

- माशांचे संवर्धन करण्यापूर्वी तळे पूर्णपणे सुकवून घ्यावे. पाणवनस्पती काढून तळे सूर्यप्रकाशात चांगले तापू द्यावे.
- तळे व्यवस्थित सुकल्यानंतर प्रति हेक्टरी २५० किलो चुना मारून पाणी भरून घ्यावे.
- तळ्यात प्रति हेक्टरी ६,००० किलो शेणखत मिसळावे. ०.१ ते ०.२ हेक्टर आकाराच्या तळ्यातही यांचे संवर्धन करता येते.

तळ्यामध्ये बोटुकली संचयन

- बोटकुलीचा आकार एकसारखा असावा. बोटुकलींची संचयन घनता तळ्यात प्रति हेक्टरी २,५०,००० नग एवढी ठेवावी.
- बोटुकली लांबीस साधारण २.५ ते ३ सेंमी आणि वजन ५ ते १० ग्रॅम असावे.
- कमी जागा उपलब्ध असल्यास, कमी जागेत

म्हणजेच जास्त संचयन घनतेतदेखील हा मासा चांगला वाढतो.

खाद्य व्यवस्थापन

- नैसर्गिकरीत्या हा मासा मांसभक्षक आहे. परंतु तळ्यातील संवर्धनात पुरवलेल्या खाद्यास चांगला प्रतिसाद देतो. घरातील उरलेले अन्न, सुकलेली मासळी, पेंड, धान्यांचा कोंडा, सेंद्रिय पदार्थ, कच्चे शेणखत खाद्य म्हणून देता येते.
- आहारात पेंड, भाताचा कोंडा आणि बायोगॅस स्लरीचे मिश्रण करून १:१:१ या गुणोत्तरात माशांच्या शरीराच्या वजनाच्या ८ ते १० टक्के सकाळ व संध्याकाळ असे दोन वेळा खायला द्यावे. दर १५ दिवसांनी माशांची वाढ तपासून त्यानुसार खाद्य व्यवस्थापन करावे.

प्रजननासाठी योग्य नर-मादींची निवड

- शिंगी माशांचे बीज दर्जेदार मिळण्यासाठी प्रजननासाठी सशक्त नर-मादीची निवड करावी. पोट मऊ व फुगीर असलेल्या मादीची प्रजननासाठी निवड करावी. नरामध्ये जननेंद्रिये लालसर, उंच, फुगीर, टोकदार असतात.
- मादीपासून मिळालेल्या अंड्यांचा रंग हिरवट असतो. अंडी १.४ ते १.६ मिमी व्यासाची, चिकटणारी व गोलाकार असतात. पिल्ले २.५ ते २.७ मिमी लांबीची असतात.
- बोटुकलींमध्ये शरीराचा वरचा पर लहान आणि गुलाबी रंगाचा असतो.

जल व्यवस्थापन

- माशांचे उत्पादन व माशांचे आजार हे दोन महत्त्वाचे घटक पाण्याच्या व्यवस्थापनावर अवलंबून असतात. पाणी दूषित असल्यास माशांमध्ये आजार पसरतात.
- संवर्धन कालावधीत पाण्याची पातळी व्यवस्थित ठेवावी. पाण्याच्या पृष्ठभागाचे तापमान, पाण्याची खोली, पाण्याची पारदर्शकता, विरघळलेल्या प्राणवायूचे प्रम ाण, सामू, अमोनिया इत्यादी दर १५ दिवसांनी तपासावे.

माशांची काढणी

सहा ते सात महिन्यांच्या कालावधीनंतर मासे बाजारात विकण्यायोग्य होतात. मासे पकडताना तळे रिकामे करून घ्यावे अथवा जाळ्याचा वापर करून मासे पकडावेत.

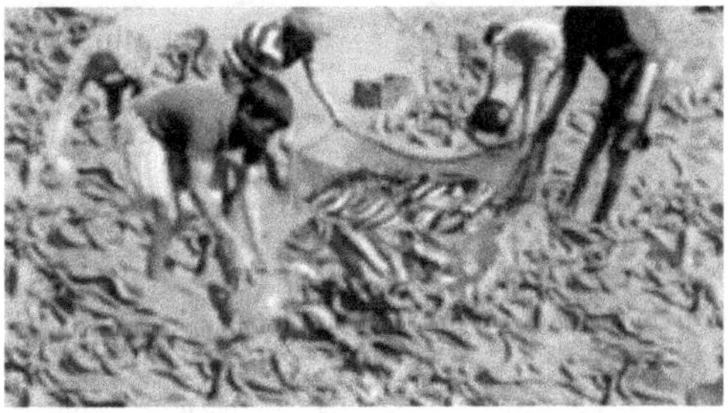

६

पाबदा

जलद गतीने वाढ होत असल्यामुळे गोड्या पाण्यातील संगोपनासाठी पाबदा मासे उपयुक्त आहेत. या माशांना बाजारपेठेत चांगला मोबदला मिळत असल्यामुळे आर्थिकदृष्ट्या माशांचे संगोपन फायदेशीर ठरते.

वैशिष्ट्ये

- पाबदा हा कॅटफिश प्रजातीमधील मिश्रहारी व अतिशय चविष्ट असा मासा आहे. या माशामध्ये प्रथिनांचे प्रमाण मुबलक असते. काटे फार कमी असल्यामुळे पचनासदेखील हलका असतो.
- माशाची वाढ जलद गतीने होते. सशक्त व सुदृढ असल्यामुळे हा मासा हाताळायला सोपा असून, त्यांचा एका जागेवरून दुसऱ्या जागी सहज पुरवठा केला जाऊ शकतो.
- कार्प प्रजातीच्या माशांच्या तुलनेत या माशांना बाजारपेठेत दरदेखील जास्त मिळतो.
- महाराष्ट्रात बहुतांश पाबदा माशांची मासेमारी नदी, नाले, धरणे इत्यादींमधून केली जाते.
- या माशांचे संवर्धन सोप्या पद्धतीने उथळ पाण्यात करता येते. सात ते आठ महिन्यांच्या कालावधीमध्ये हे मासे विक्रीयोग्य होतात.
- गोड्या पाण्यातील संगोपनासाठी हे मासे अतिशय प्रचलित असून, ते नदी, नाले, तळे इत्यादी ठिकाणी वास्तव्य करतात.
- मिश्र संवर्धन पद्धतीमध्ये इतर कार्प जातींच्या माशांसोबत या माशांचे संवर्धन करता येते.
- हे मासे नैसर्गिक पाण्याच्या स्त्रोतात तरंगणाऱ्या पाणवनस्पतींचा किंवा पाण्याखाली बुडालेल्या वनस्पतींचा वापर विसावा घेण्यासाठी किंवा लपण्यासाठी करतात.

तळ्यातील संवर्धन

- निमसुधारित पद्धतीत संवर्धन करताना ०.०५ ते ०.१ हेक्टर आकाराचे तळे असावे. पाण्याची खोली साधारणत: ०.७५ ते १ मीटरपर्यंत असावी.
- तळ्यातील पाण्यात २५ टक्के काही बुडणाऱ्या व काही तरंगणाऱ्या पाणवनस्पती वापराव्यात. हे मासे पाण्यामधील झाडेझुडपांचा वापर लपण्यासाठी, विसावा घेण्यासाठी करतात, तसेच या वनस्पतींवरील किड्यांचा खाद्य म्हणून वापर करतात.
- मिश्र संवर्धन पद्धतीमध्ये तीन ते पाच प्रजातीच्या कार्प माशांसोबत पाबदा माशांचे संवर्धन अधिक उत्पादन देणारे किंवा फायदेशीर ठरू शकते.
- मिश्र संवर्धन पद्धतीमध्ये पाबदांच्या बोटुकलींची संचयन घनता २५,००० ते

३०,००० नग प्रति हेक्टर ठेवावी.

- स्थानिक बाजारपेठेत उपलब्ध असलेले खाद्यघटक या माशाला द्यावेत.
- खाद्यघटकांमध्ये मत्स्य कुटी, मांसाचा किंवा हाडांचा चुरा, मोहरीची पेंड, सोयाबीन पेंड व भाताचा कोंडा इत्यादी वापर करून खाद्यामध्ये प्रथिनांचे प्रमाण ३० टक्के राहील याची काळजी घ्यावी.
- तळ्यामध्ये खाद्य देण्यासाठी ठिकठिकाणी ट्रे बसवावेत. मासे नियमित खाद्य खात आहेत का, याची तपासणी करावी.
- तळ्यात बसवलेल्या ट्रेमध्ये आदल्या दिवशी दिलेले खाद्य माशांनी खाल्ले आहे का, ते तपासावे. त्यानुसार दुसऱ्या दिवशीच्या खाद्याचे प्रमाण ठरवावे.
- तळ्यातील पाण्याचे प्रमाण कमी झाले असेल तर पाणी भरून घ्यावे. सात ते आठ महिन्यांत पाबदा मासे ३० ते ३५ ग्रॅम वजनाचे होतात.

पाबदा, मागूर इत्यादी भारतीय प्रजातीच्या माशांचे संगोपन करणे गरजेचे आहे. भारतीय व परदेशातील बाजारपेठेत उत्तम मागणी असलेल्या पाबदा माशांचे बीजोत्पादन तंत्रज्ञान व संवर्धन यांची अधिक माहिती असणे आवश्यक आहे.

बीजोत्पादन

- यशस्वी बीजोत्पादन करण्यासाठी नर व अंडी देणाऱ्या मादी माशांची काळजी घेणे फार आवश्यक असते.
- अंडी घालणारे नर किंवा मादी यांची निवड करताना ते ४० ग्रॅम किंवा त्यापेक्षा जास्त वजनाचे असावेत.
- नराला किंवा मादीला ०.०१ ते ०.०४ हेक्टर याप्रमाणे मातीच्या तळ्यात सोडावे.
- माशांना तळ्यात सोडण्यापूर्वी १० टन प्रति हेक्टर प्रति वर्ष शेणखत व २५० किलो प्रति हेक्टर चुना मिसळून घ्यावा.
- पाण्यामध्ये माशांना नैसर्गिक वातावरण मिळावे यासाठी वॉटर हायसिंथ नावाची पाणवनस्पती लावावी. पाणवनस्पतीचा वापर मासे विसावा घेण्यासाठी किंवा खाद्यासाठी करतात.
- तळ्याची खोली १ ते १.५ मीटर एवढी असावी. अंडी देणाऱ्या परिपक्व पाबदा माशांना कोंबड्यांचे टाकाऊ मांस किंवा टाकाऊ मासळी शरीराच्या वजनाच्या ५ टक्के खायला घालावी.
- नर व मादी यांचा प्रजनन काळ जून ते ऑगस्ट महिन्यांमध्ये असतो. तो आपण सहजपणे ओळखू शकतो.
- नरामध्ये कल्ल्यांजवळील पर जाड व खडबडीत असतात, तर मादीमध्ये कल्ल्यांजवळील पर मऊ असतात. तसेच, मादीचे पोट मऊ, गोलाकार व फुगीर असते.
- या माशांच्या प्रजननासाठी तज्ज्ञांच्या सल्ल्याने शिफारशीत कृत्रिम संप्रेरकांचा वापर करावा. एक किलो माशांच्या शरीराच्या वजनाच्या हिशेबाने कृत्रिम संप्रेरकाची मात्रा १ ते १.५ मिली मादीस व ०.५ मिली नरास इंजेक्शनद्वारे द्यावे.
- संप्रेरकांचा वापर झाल्यानंतर ८ ते १० तासांच्या कालावधीनंतर मादीच्या पोटावर हलकासा दाब देऊन प्लास्टिक ट्रेमध्ये अंडी जमा करावीत.
- नराच्या पोटातील अंडकोष काढून, त्याला बारीक करून, त्यापासून शुक्राणूंचे द्रावण पक्ष्यांच्या पंखाचा वापर करून, अंडी फलनासाठी नीट एकत्रित करून घ्यावे.
- अंडी व शुक्राणूंचे एकत्रीकरण झाल्यानंतर शुक्राणू कार्यक्षम होण्यासाठी एकत्रीकरणात थोडे गोडे पाणी वापरावे.

नर व मादीसाठी मातीचे तलाव

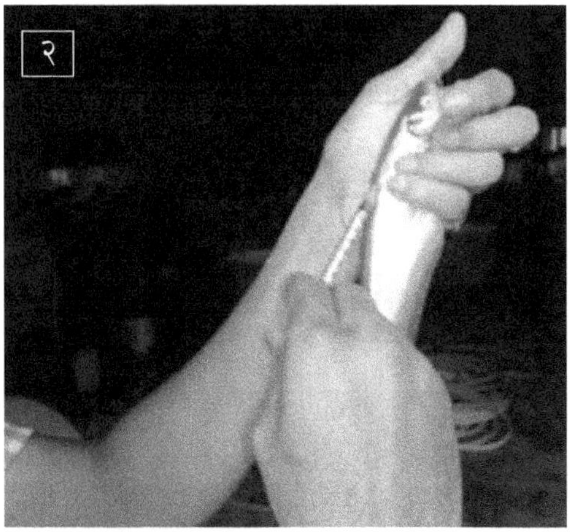

माशांच्या प्रजननासाठी कृत्रिम संप्रेरकांचा वापर

मादीच्या पोटावर हलकासा दाब देऊन अंडी काढणे

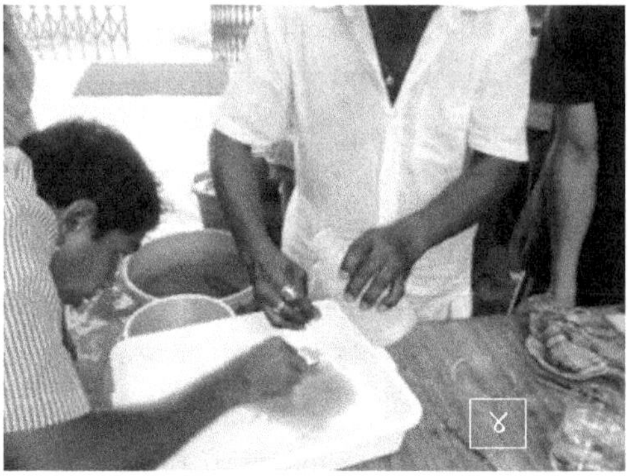

अंडी फलित होण्यासाठी शुक्राणूंचा वापर करणे

पाबदा माशाची पिल्ले ठेवण्यासाठी प्लास्टिक टब

- फलित झालेली अंडी नंतर गोड्या पाण्याने धुऊन स्वच्छ करावीत.
- हॅचरी ही प्लास्टिक टब व स्टँडच्या साहाय्याने बनवलेली असावी. प्लास्टिकचे टब ३० सेंमी व्यासाचे व १५ सेंमी उंचीचे असावेत. प्लास्टिक टबमध्ये पाणी भरून घ्यावे.
- टबमध्ये पाण्याची पातळी योग्य राखण्यासाठी नळ बसवावा. ४ सेंमी उंचीवर प्रत्येक प्लास्टिक टबला पाणी बाहेर जाण्यासाठी वाट ठेवावी.
- फलित झालेल्या अंड्यांची टबमध्ये एकसारखी विभागणी करावी. पाण्याचा

हलकासा प्रवाह प्लास्टिक टबमध्ये सतत सोडत राहावा.

- टबमधील पाण्याचे तापमान २७ ते ३० अंश सेल्सिअस असावे. अंड्यांचे फलन झाल्यानंतर २२ ते २४ तासांत अंड्यांमधून पिल्ले बाहेर येतात.
- सुरुवातीचे तीन दिवस पिल्ले शरीरामध्ये साठवलेल्या अन्नद्रव्यांचा उपयोग स्वतःच्या वाढीसाठी करतात. तीन दिवसांनंतर पिल्लांना प्राणी-प्लवंग खाण्यासाठी द्यावे.
- १५ दिवसांनंतर पिल्लांना उकळलेल्या अंड्यांचा चुरा व मत्स्य कुटी यांचे एकत्रित मिश्रण खायला घालावे. त्याचसोबत पिलांना कोंबड्यांच्या मासातील टाकाऊ मास, टाकाऊ मासळी किंवा बोंबील व्यवस्थित बारीक करून खाद्य म्हणून खाऊ घालावे.
- पिल्लांना त्यांच्या शरीराच्या वजनाच्या तुलनेत २ ते ३ टक्के खाद्य दिवसातून दोन ते तीन वेळा व संध्याकाळी एकदा खायला घालावे.
- ४० ते ४५ दिवसांच्या कालावधीमध्ये पिल्लांचा आकार ५.० ते ६.० सेंमी होतो, तर वजन ३.० ते ४.५ ग्रॅम होते. अशा पिल्लांना बोटुकली म्हणतात.

७ कोई

कोई माशांचे संवर्धन अत्यंत सोपे व अधिक फायदेशीर आहे. हा मासा चविष्ट असून, त्यात पोषकतत्त्वेदेखील मुबलक असतात. अलीकडच्या काळातील संवर्धन पद्धती आणि पौष्टिक गुणधर्मामुळे गोड्या पाण्यातील छोट्या तळ्यामध्ये या माशांचे संवर्धन करता येते.

कोई मासे (ऍनाबस टेस्टुडिनीअस) गोड्या पाण्यात, नदी, नाले, कालवे, दलदल इत्यादी ठिकाणी आढळतात. प्रामुख्याने हा मासा बांगला देशमध्ये जास्त प्रचलित आहे.

संवर्धनयोग्य गुणधर्म

- या माशांना बाजारपेठेमध्ये चांगली मागणी आहे.
- प्रदूषित पाण्यामध्येही माशांचा मरतुकीचा दर कमी असतो.
- जास्त संचयन घनता ठेवून संवर्धन करता येते.
- छोट्या तळ्यामध्ये अथवा पिंजरा संवर्धनासाठी यांचा वापर करता येतो.
- यांचा संवर्धन कालावधी कमी म्हणजेच तीन-चार महिन्यांचा आहे. एका वर्षात दोन ते तीन वेळा उत्पादन घेणे शक्य आहे.
- या माशांची रोगप्रतिकारक क्षमता इतर माशांच्या तुलनेत जास्त असते.
- संवर्धनाचा खर्च कमी असतो.
- माशांसाठी घरगुती खाद्य वापरता येत असल्यामुळे खाद्यावर होणारा खर्च कमी केला जाऊ शकतो.

खाद्य व्यवस्थापन

- खाद्यामध्ये साधारण २५ टक्के मत्स्यकुटी, ३० टक्के भाताचा कोंडा, २५ टक्के पेंड, २० टक्के इतर खाद्यपदार्थ यांचे मिश्रण (शेंगदाणा / सोयाबीन पेंड) पुरवावे.
- बाजारपेठेत उपलब्ध असलेले उत्तम दर्जाचे पूरक खाद्य पुरवले जाऊ शकते. पूरक खाद्यात पॅलेट खाद्य दिल्यास चांगले उत्पादन मिळू शकते. पॅलेट खाद्यामध्ये साधारणपणे ३० ते ३५ टक्के प्रथिने असावीत.
- या माशांच्या संवर्धन कालावधीच्या सुरुवातीच्या दिवसांत शारीरिक वजनाच्या तुलनेत जास्त खाद्य पुरवावे लागते. नंतर जसजसा संवर्धन कालावधी वाढतो तसतसे खाद्याचे प्रमाण शरीराच्या वजनाच्या तुलनेत कमी करावे. (परंतु एकूण खाद्य वाढत जाते) सुरुवातीला पहिल्या महिन्यात माशांच्या शरीराच्या वजनाच्या १० टक्के, दुसऱ्या महिन्यांत ६ टक्के व तिसऱ्या महिन्यांत ३ टक्के खाद्य पुरवावे. प्रत्येकी १,००० बोटुकलींसाठी खाद्याचे व्यवस्थापन पुढीलप्रमाणे केले जाते :

वय (दिवस)	खाद्य (ग्रॅममध्ये)
० - १५	४००
१६ - ३०	६००
३१ - ४५	८५०
४६ - ६०	१०००
६१ - ७५	१२००
७६ - ९०	१३००
९१ - १०५	१३५०
१०६ - १२०	१४००

संवर्धनातील काही महत्त्वाच्या बाबी

- पाण्याचा दर्जा उत्तम राखावा.
- पाण्याचा सामू नियंत्रणात ठेवावा.
- वनस्पती-प्लवंगाचे व शेवाळाचे प्रमाण कमी ठेवावे.
- पावसाळ्यात तळ्याच्या आजूबाजूला जाळी लावावी; जेणेकरून मासे तळ्याबाहेर पडणार नाहीत.
- नेहमी दर्जात्मक खाद्य वापरावे.

माशांना पकडणे

हे मासे साधारणपणे तीन-चार महिन्यांच्या कालावधीत विक्रीयोग्य होतात. विक्रीयोग्य माशांचे वजन ४० ते ८० ग्रॅमपर्यंत असते. मासे पकडणे सोईस्कर होण्यासाठी तलाव रिकामा करून मासे पकडतात.

संवर्धनाचे प्रकार

माशांचे संवर्धन छोट्या तळ्यात किंवा सिमेंटच्या टाकीमध्ये करता येते.

तळ्यातील संवर्धन

- संवर्धन तळे मोकळ्या, हवेशीर ठिकाणी आणि मुबलक सूर्यप्रकाश मिळणाऱ्या ठिकाणी असावे. तळ्याच्या आजूबाजूची झाडेझुडपे काढून टाकावीत. कमीत कमी आठ तास सूर्यप्रकाश तळ्यावर पोहोचेल अशी तळ्याची व्यवस्था असावी.
- छोट्या तळ्यामध्ये कोई माशांची वाढ जलद होते.
- माशांच्या चांगल्या वाढीसाठी ०.०५ ते ०.२ हेक्टर क्षेत्रफळाचे तळे सोयीचे असते. छोट्या क्षेत्रफळाचे तळे सहजतेने हाताळता येते.
- सुरुवातीला शक्य असल्यास तळ्यातील पूर्ण पाणी काढून तळे चांगले सुकवावे. तळे पूर्णपणे सुकल्यानंतर नंतर प्रति ४० चौमीसाठी १ किलो चुना थोड्या पाण्यामध्ये विरघळून वापरावा.
- चुन्याची मात्रा दिल्यानंतर तळ्यात स्वच्छ गाळलेले पाणी भरावे.
- तळ्यामध्ये ५ किलो ताजे शेण, २०० ग्रॅम युरिया आणि २०० ग्रॅम टीएसपी (ट्रीपल सुपर फॉस्फेट) प्रति ४० चौमीसाठी वापरावे.
- खताची मात्रा दिल्यानंतर पाच ते सहा दिवसांनी कोई माशांची बोटुकली तळ्यामध्ये सोडावी.
- तळे सुकवणे शक्य नसेल तर तळ्यातील इतर जलचर प्राण्यांचा व दुसऱ्या प्रजातीच्या मत्स्यभक्षक माशांचा नायनाट करून कोई माशांची बोटुकली तळ्यात सोडावी.
- तळ्यातील इतर परभक्षक मासे, जलचर प्राणी व वनस्पती काढल्यानंतर प्रति ४० चौमीसाठी १ किलो चुना मिसळावा. त्यानंतर तीन ते पाच दिवसांनी प्रति ४० चौमीसाठी ५ किलो या प्रमाणात ताजे शेणखत मिसळावे. पाण्यात २०० ग्रॅम युरिया व २०० ग्रॅम टीएसपी प्रति ४० चौमीसाठी मिसळावे.
- पाण्याचा रंग फिकट हिरवा होईल तेव्हा पाण्यात कोई माशांची बोटुकली सोडावी. या माशांची संचयन घनता जास्तीत जास्त ५ ते

६ नग/चौमी व सरासरी ३ नग/चौमी एवढी ठेवली जाते.

- बोटुकली श्वसनासाठी पाण्याच्या पृष्ठभागावर येत असल्याने सहजरीत्या पक्ष्यांचे भक्ष्य बनू शकतात. त्यासाठी पक्षिप्रतिबंधक जाळे तळ्यावर बसवणे अनिवार्य असते. व्यवस्थापनाच्या दृष्टीने पाण्याची प्रत वेळोवेळी तपासणे आवश्यक आहे.

सिमेंट टाकीमधील संवर्धन

कोई माशांच्या बोटुकलीचे संवर्धन सिमेंटच्या टाकीमध्येदेखील करता येते. टाकीच्या तळाशी १५ ते २० सेंमी एवढा मातीचा थर द्यावा. टाकीमधील पाण्याचा पृष्ठभाग ३० ते ४० टक्के जलवनस्पतींनी आच्छादलेला असावा. त्यामुळे माशांना नैसर्गिक वातावरण प्राप्त होते. टाकीमधील संवर्धनासाठी बोटुकलीचे आकारमान कमीत कमी ६.५ सेंमी व वजन ५ ग्रॅम एवढे असावे. टाकीमधील बोटुकलीची संचयन घनता साधारणपणे ५० ते ७० नग प्रती चौमी एवढे ठेवतात.

८

पंगस

माशांवर होणारा खर्च हा जास्त संवर्धन कालावधीमुळे वाढल्यामुळे इतर प्रजातीतील अधिक फायदेशीर माशांचे संवर्धन करणे आवश्यक झाले आहे. त्यामध्ये प्रामुख्याने पंगस हा मासा विविध कारणास्तव संवर्धनासाठी उपयुक्त आहे. त्यामुळे शेततळ्यातच पंगसचे संवर्धन करणे फायद्याचे ठरते.

महाराष्ट्रात प्रामुख्याने गोड्या पाण्यातील कटला, रोहू व मृगल या प्रजातीच्या माशांचे संवर्धन जास्त प्रमाणात केले जाते. या माशांना भारतीय प्रमुख कार्प मासे म्हणतात. या प्रजातीच्या माशांचा संवर्धनाचा कालावधी एका वर्षाचा असतो. या माशांव्यतिरिक्त इतर दुसरे मासेही संवर्धनासाठी उपयुक्त आहेत. त्यामुळे पंगस माशांचे संवर्धन फायदेशीर आहे.

उपयुक्तता

- पंगस मासा कॅटफिश प्रजातीतील असून, तो नदी, छोटेमोठे जलाशय, धरणे, तलाव इत्यादी ठिकाणी आढळतो.
- हा मासा विविध प्रकारचे खाद्य खाऊन जोमाने वाढत असल्यामुळे याचे संवर्धन करणे खूप मोठे आहे.
- भाजीपाल्याचे तुकडे, कुजलेली फळे, स्वयंपाकघरातील उरलेले खाद्यपदार्थही हा मासा खातो.
- हे मासे तळ्याच्या तळभागातील खाद्य ग्रहण करतात. तळाशी राहून ते गोगलगाय, कवच असलेले प्राणी, किडे यांनाही खातात. त्यामुळे हळूहळू त्यांची खाद्यपद्धती मिश्र स्वरूपाची बनते.
- कमी प्राणवायू असलेल्या पाण्यातही या माशाची चांगली वाढ होते.
- पंगस मत्स्य प्रकारातील प्रामुख्याने 'पंग्याशिअस सूची' ही जात जास्त प्रमाणात संवर्धन केली जाते.

वैशिष्ट्ये

- पंगस मासा कणखर असून, या माशाची वाढ विविध वातावरणात चांगल्या प्रकारे होते.
- हा मासा आठ ते दहा महिन्यांत १ ते १.५ किलोपर्यंत तळ्यात किंवा पिंजऱ्यात वाढतो.
- या माशाचे मिश्र संवर्धन पद्धतीने कार्प प्रजातीच्या माशांसोबत संवर्धन करता येतो.
- विविध प्रकारच्या पाण्यात चांगल्या प्रकारे वाढतो.
- विविध प्रकारच्या पाण्यात तग धरून राहत असल्यामुळे यांचे संवर्धन करणे इतर माशांच्या तुलनेत अधिक सुलभ आहे.
- अतिशय जलद गतीने वाढ होत असल्यामुळे अवघ्या ८ ते १२ महिन्यांत १.० ते १.५

किलोपर्यंत याचे वजन वाढते.

- या माशाची पिल्ले सुरुवातीला खाद्य मिळाले नाही तर एकमेकांनादेखील खातात. बंदिस्त तळ्यामध्ये कृत्रिम खाद्यदेखील ते सहजपणे खातात. हा मासा वयाच्या तिसऱ्या वर्षी प्रौढ अवस्थेत जातो. मादी नरापेक्षा मोठी असते.
- या माशाचे कृत्रिम पद्धतीने हॅचरीमध्ये बीज पैदास करता येते.

तळ्याचे व्यवस्थापन

- **नोंदणी :** ज्या शेतकऱ्यांना पंगस माशांचे संवर्धन करायचे असेल, त्यांनी आपल्या भागातील मत्स्य विभागाची परवानगी घ्यावी.
- **तळ्याचे जलोत्सारण :** तळ्यातील आधीचे पाणी व जुने नको असलेले मासे काढून टाकावेत.
- **तळ्याचे समांतरण करणे :** तळ्याच्या बुडाशी साठलेला गाळ व घाण काढून तळ समांतर करून घ्यावा.
- **सुकवणे व नांगरणे :** तळ्यातील घातक वायू (विषारी अमोनिया वायू) काढण्यासाठी तळ्यातील पूर्ण पाणी काढावे. सूर्यप्रकाशात तळे सुकवून व नांगरून घ्यावे.
- **तळ्यात पाणी भरणे :** मत्स्यतळ्यामध्ये स्वच्छ गाळलेले पाणी १.५ ते २ मीटरपर्यंत भरून घ्यावे. माशांना वाढीसाठी अनुकूल वातावरण तयार करावे.
- **खतांची मात्रा देणे :** एकजातीय संवर्धन पद्धतीमध्ये खताची मात्रा देण्याची आवश्यकता नाही; परंतु प्रति हेक्टर १०० किलो याप्रमाणे चुना वापरावा. मिश्र संवर्धन पद्धतीमध्ये मातीच्या प्रकारानुसार सेंद्रिय किंवा असेंद्रिय खतांचा वापर करता येतो.
- **माशांचे संचयन :** एकजातीय निम सुधारित पंगस संवर्धन पद्धतीमध्ये संचयन घनता प्रति हेक्टरी २०,००० पेक्षा कमी ठेवली जाते. बोटुकलीचे आकारमान १५ ते २० ग्रॅम एवढे असणे आवश्यक आहे. मिश्र संवर्धन पद्धतीमध्ये संचयन घनता १०,००० बोटुकली प्रति हेक्टर इतकी असावी. पिंजरा संवर्धन पद्धतीमध्ये बोटुकलीचा आकार १०० ग्रॅमपेक्षा मोठा असावा.

खाद्य व्यवस्थापन

- प्रथिनयुक्त तरंगणारे खाद्य माशांना दिल्यास माशांची चांगली वाढ होते.
- बाजारात मिळणारे कृत्रिम, तरंगणारे खाद्य पुरवल्यास माशांचा खाद्य स्वीकार करण्याचा अंदाज मिळतो.
- खाद्याचे योग्य प्रमाण व वेळ निश्चित केल्यास खर्चामध्ये बचत होते. याशिवाय उत्तम आरोग्य, पाण्याची प्रत व मत्स्य उत्पादन चांगले मिळते.
- खाद्याचे प्रमाण जास्त झाल्यास पाण्याची प्रत खराब होते, तर कमी झाल्यास माशांच्या वाढीवर विपरीत परिणाम होतो. म्हणून खाद्याचे काटेकोरपणे नियोजन करावे.
- माशांच्या योग्य वाढीसाठी व आरोग्यासाठी मत्स्यशास्त्र तज्ज्ञांच्या सल्ल्याने जीवनसत्त्वे, मूलद्रव्ये व आवश्यक औषधांचा खाद्यात समावेश करावा.
- योग्य प्रकारे खाद्य व जल व्यवस्थापन केल्यास प्रत्येकी दीड किलो खाद्यापासून एक किलोपर्यंत माशाची वाढ होते.
- मिश्र संवर्धन पद्धतीमध्ये तरंगणाऱ्या खाद्यासोबत पिशव्यांमधून खाद्य पुरवता येते.

माशांच्या एकूण वजनाच्या तुलनेत खाद्याचे प्रमाण

दिवस	वजन (ग्रॅम)	खाद्याचे प्रमाण एकूण शरीराच्या वजनाच्या तुलनेत (%)
१ - १५	३ - १०	५
१६ - ३१	१० - ३०	५
३२ - ४६	३० - ६०	४.५
४७ - ६१	६० - ९०	४.५
६२ - ७६	९० - १५०	४
७७ - ९१	१५० - २५०	४
९२ - १०५	२५० - ३५०	३.५
१०६ - १२०	३५० - ४५०	३.५
१२१ - १३५	४५० - ५७५	३
१३६ - १५०	५७५ - ७२५	३
१५१ - १६५	७२५ - ९२५	२.५
१६६ - १८०	९२५ - ११००	२.५

पंगस मत्स्य संवर्धनामध्ये स्वस्त दरात स्थानिक बाजारपेठेत उपलब्ध असलेल्या खाद्यघटकांबरोबरच घरगुती तयार केलेल्या खाद्याचाही वापर करता येतो. त्यामुळे खाद्यावर होणाऱ्या खर्चाचे प्रमाण कमी करता येते.

खाद्य व्यवस्थापनावर पंगस संवर्धनाच्या निव्वळ नफ्याचे प्रमाण अवलंबून असते. चांगल्या उत्पादनासाठी माशांचे खाद्य व्यवस्थापन नियोजनबद्ध करायला हवे. पंगस संवर्धनामध्ये खाद्य तयार करण्यासाठी वेगवेगळ्या प्रकारच्या खाद्यघटकांचा वापर केला जातो.

खाद्यातील घटक

- या माशाच्या खाद्यामध्ये प्राणिजन्य व वनस्पतिजन्य अशा दोन्ही खाद्यघटकांचा समावेश करता येतो.
- प्राणिजन्य पदार्थांमध्ये मत्स्यकुटी (टाकाऊ माशांचे तुकडे) महाग असल्यामुळे त्याचा वापर कमी प्रमाणातच करावा.
- वनस्पतिजन्य खाद्यघटकांमध्ये शेंगदाणा पेंड, सोयबीन पेंड, भाताचा कोंडा, मक्याचा भरडा, गव्हाचे पीठ इत्यादींचा वापर करून शेवटी खाद्यामध्ये २८ ते ३२ टक्के प्रथिनांचे प्रमाण राहील याची काळजी घ्यावी.
- हा मासा तळाला जमणारे अन्नपदार्थ किंवा विघटित पदार्थ खाऊन पौष्टिक तत्त्वे मिळवत असतो.
- या माशाच्या आहारात घरगुती टाकाऊ पदार्थांचा किंवा शेतमालामधील मिळणाऱ्या टाकाऊ पदार्थांचा वापर केल्यास खाद्यासाठी लागणारा खर्च कमी होतो.
- प्राणिजन्य खाद्यघटकांमधून माशांना

आवश्यक असलेली प्रथिने मिळतात.

- शेंगदाणा पेंड, सोयाबीन पेंड यांसारख्या वनस्पतीघटकांमधूनदेखील अधिक प्रमाणात प्रथिने उपलब्ध होतात.
- खाद्यघटक गोळ्यांच्या स्वरूपात पाण्यात टिकून राहावे म्हणून गव्हाच्या पिठासारख्या चिकट पदार्थाचादेखील वापर करता येतो.
- सध्या बाजारात बुडणारे अथवा तरंगणारे मत्स्य खाद्य गोळ्यांच्या स्वरूपात तयार करण्याची उपकरणे मिळतात. तरंगणारे मत्स्य खाद्य तयार करण्याचे उपकरण बुडणाऱ्या खाद्य तयार करणाऱ्या उपकरणापेक्षा थोडे महाग असते.
- या माशाच्या बोटुकलीसाठी गोल किंवा वृत्तचीतीच्या आकाराच्या खाद्याचा वापर करावा.
- खाद्यासाठी वापरलेल्या मिश्रणाच्या लहान गोळ्या करण्यापूर्वी ते खाद्यमिश्रण व्यवस्थित दळून घ्यावे.
- सर्व घटकांचे योग्य प्रमाण असलेले मिश्रण मिक्सरच्या साहाय्याने एकजीव करून घ्यावे. त्यानंतर थोड्या प्रमाणात पाण्याचा वापर करून गोळ्या करण्याच्या उपकरणाने योग्य आकाराच्या गोळ्या तयार कराव्यात.
- लहान गोळ्या कुस्करून मत्स्यबीजाच्या आकारमानानुसार माशांना खायला घालाव्यात.
- मशीनवर बनवलेले खाद्य या माशांना खायला घातल्यास मासे कमी प्रमाणात आजारात बळी पडतात, तसेच पाण्याचे प्रदूषणदेखील कमी होते.
- घरगुती पद्धतीने बनवलेले खाद्य मशीनवर बनवलेल्या खाद्यापेक्षा स्वस्त असते.

घरगुती खाद्य

- घरगुती खाद्यात भाताचा कोंडा, सोयाबीन पेंड, टाकाऊ मासळी हे पदार्थ माशांच्या वाढीच्या काळात खायला घातले तर त्यांची वाढ चांगली होते.
- काही शेतकरी भाताचे तूस, टाकाऊ मासळी व इतर खाद्यपदार्थ एकत्र करून मिश्रण बनवतात. शेवई उपकरणाच्या साहाय्याने त्याचे लांब तुकडे करून ते या माशाला खायला घालतात.
- खाद्याचा दर्जा व गुणवत्ता सुधारण्यासाठी खाद्यात इतर घटकांचाही समावेश करावा. उदाहरणार्थ, जीवनसत्त्व 'सी', प्रथिने इत्यादी.

बाजारपेठेत उपलब्ध तयार खाद्य

- विविध उपकरणांचा वापर करून पाण्यावर तरंगणारे खाद्य बनवले जाते.
- मशीनवर बनवलेल्या खाद्याची मागणी दिवसेंदिवस वाढत आहे. या खाद्यामध्ये भाताचा कोंडा, मका, मत्स्यकुटी इत्यादी घटकांचा वापर करतात.
- तरंगणाऱ्या खाद्यामुळे मासे पृष्ठभागावर किती प्रमाणात अन्न ग्रहण करत आहेत, याचा अंदाज मिळतो.

खाद्य व्यवस्थापनातील महत्त्वाच्या बाबी

- खाद्य पुरवण्याचे प्रमाण हे एकंदरीत माशांचे वजन व दररोज खाद्य ग्रहण करण्याच्या निरीक्षणावर अवलंबून असते.
- खाद्याचे प्रमाण जास्त झाल्यास पाण्याची प्रत खराब होते, कमी झाल्यास माशांची वाढ खुंटते.
- दिवसभरातील एकूण खाद्य चार ते सहा वेळा विभागून खाद्य ग्रहण करण्याच्या निरीक्षणानुसार प्रमाण ठरवून पुरवावे.
- खाद्याचे आकारमान योग्य असावे. सुरुवातीस

छोट्या गोळ्या खाद्य म्हणून पुरवाव्यात. नंतर माशांच्या वाढीनुसार खाद्याचे प्रमाण वाढवावे.

- खाद्यामध्ये धूळ, कचरा नसावा. त्यामुळे पाण्याची प्रत खराब होऊन त्याचा विपरीत परिणाम माशांच्या आरोग्यावर होतो.
- प्रत्येक पंधरवड्यास माशांचे नमुने तपासून त्योच्या वाढीनुसार खाद्यामध्ये योग्य तो बदल करावा.
- खाद्य ग्रहण करण्याचे प्रमाण हे माशांची वाढ, माशांचे आरोग्य, पाण्याची प्रत, वातावरण व खाद्याची प्रत या गोष्टीवर अवलंबून असते.

उत्पादन

- दर १५ दिवसांनी जाळीचा वापर करून माशांचे आरोग्य व वाढ तपासून खाद्याचे प्रमाण समतोल करता येते किंवा अन्य योग्य त्या उपाययोजना करणे सोयीस्कर ठरते.
- संवर्धन कालावधीच्या शेवटी मासे टप्प्याटप्प्याने अथवा एकदाच पकडले जातात. टप्प्याटप्प्याने करावयाचे असल्यास पाच महिन्यानंतर जास्त वाढलेले मासे मागणीप्रमाणे पकडून विक्री करता येतात.
- योग्य व्यवस्थापन केल्यास प्रति हेक्टरी १५ टन मत्स्योत्पादन मिळू शकते.

१
कोळंबी (झिंगा)

गोड्या पाण्यातील कोळंबी संवर्धन

गोड्या पाण्यातील कोळंबीला 'झिंगा' या नावाने संबोधतात. तिचे शास्त्रीय नाव 'मायक्रोब्रॅकीअम रोझनबर्गी' असे आहे. गोड्या पाण्यातील मत्स्य संवर्धनामध्ये कोळंबी संवर्धन हे खूपच फायदेशीर आहे. कोळंबीच्या परदेशी निर्यातीतून ग्रामीण शेतकरी व बेरोजगार यांना रोजगार व देशाला परकीय चलन मिळू लागले आहे. भारतात आढळणाऱ्या कोळंबीच्या जातींपैकी मॅक्रोब्रॅकीयम रोझनबर्गी ही सर्वात मोठी व व्यापाराच्या दृष्टीने महत्त्वाची कोळंबी आहे. या कोळंबीचे मुख्य गुणधर्म म्हणजे जलद वाढ, पौष्टिकता, काटकपणा, पूरक अन्नाचा सहज स्वीकार व इतर निरनिराळ्या माशांबरोबर जुळवून घेणे, हे आहेत. व्यापारीदृष्ट्या महत्त्वाच्या अशा गोड्या पाण्यातील काही इतर माशांबरोबर कोळंबीची शेती करता येते.

समुद्रात सापडणाऱ्या कोळंबीइतकी महत्त्वाची ही गोड्या पाण्यातील कोळंबी आहे. ४ ते ५ सेंमी लांबीचे हे बीज साधारणपणे ८ ते १० महिन्यांच्या संवर्धन कालावधीनंतर २५० ते ३५० ग्रॅमपर्यंत वाढते. ही जात ० ते १० पीपीटी (क्षारता) असलेल्या पाण्यामध्येही चांगल्या पद्धतीने वाढू शकते. जागतिक बाजारपेठेत या कोळंबीला चांगला दरही मिळतो.

बीजोत्पादन केंद्रात या जातीच्या बीजांची पैदास करता येते; तसेच कटला, रोहू, मृगळ, गवत्या, चंदेरी आणि कॉमन कार्प इत्यादी माशांबरोबर या जातींचे संवर्धन करता येते. इतर कोळंबींच्या मानाने ही तेवढीशी 'स्वकुलभक्षक' नाही. कोळंबी संवर्धन पुढीलप्रमाणे करता येते :

- **एकल संवर्धन (मोनो कल्चर) :** गोड्या पाण्याच्या तलावात केवळ कोळंबीचे संवर्धन करता येते. फक्त कोळंबी संवर्धनामध्ये ३० ते ४० हजार कोळंबी बीज प्रति हेक्टर याप्रमाणे संचयित करावे.
- **मिश्र संवर्धन :** कटला व रोहू या कार्प माशांसोबत कोळंबीचे मिश्र संवर्धन करता येते. प्रति हेक्टर तीन-चार हजार मत्स्य बोटुकली व १५ ते २० हजार कोळंबी बीज यांचे एकत्रित संचयन करता येते. यातून १-२ टन मासे व १-१.५ टन कोळंबीचे उत्पादन घेता येते.
- **क्षारपड जमिनीत कोळंबी संवर्धन :** शेतीस निरुपयोगी क्षारपड जमिनीत तलाव खोदून कमी क्षारतेच्या पाण्यात कोळंबी संवर्धन करता येते. महाराष्ट्राच्या काही भागात उदाहरणार्थ, सांगली, कोल्हापूर, अमरावती इत्यादी जिल्ह्यात क्षारपड जमिनींचे प्रमाण खूप असल्याने तेथे कोळंबी संवर्धनास वाव आहे.

कोळंबीच्या उपयुक्त प्रजाती

१. कोळंबी (मॅक्रोब्रॅकियम रोझेनबर्गी)

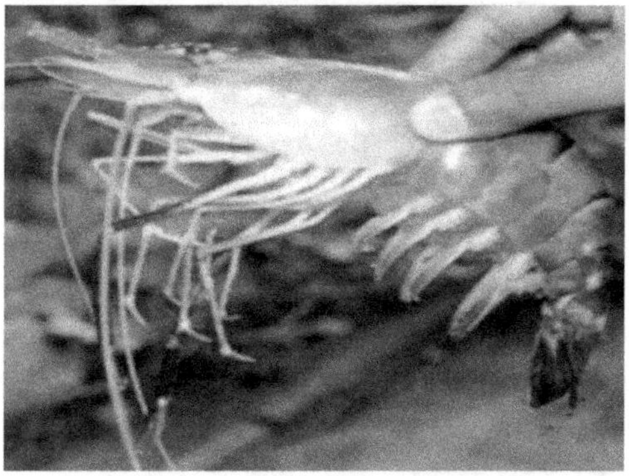

कोळंबी (मॅक्रोब्रॅकियम रोझेनबर्गी)

मुख्यतः तळाशी वावरणारी कोळंबी, मस्तकाचा अरीसारखा पुढे वाढलेला भाग (रोस्ट्रम) लांब व सडपातळ. त्याच्या वरच्या बाजूला ११ ते १४ दातेरे; त्यापैकी दोन-तीन डोळ्यांच्या खोबणीच्या मागे, शेपटीच्या मागे. शेपटीचा शेवटचा खंड (टेलसन) अणकुचीदार असतो. दुसऱ्या पायाची जोडी लांब, जाडजूड असून शेवटी दोन डेंगे असतात.

ही कोळंबी निमखाऱ्या खाडीत किंवा गोड्या पाण्यात सापडते. या कोळंबीच्या जीवन-इतिहासात प्रारंभीच्या वाढीच्या अवस्था निमखाऱ्या पाण्यातच असतात. कोळंबीची लहान पिल्ले गोड्या पाण्यात आढळतात. ही कोळंबी सर्व प्रकारचे भक्ष्य खाते. कोळंबीच्या गोड्या पाण्यातील शेतीसाठी त्यांचा मोठ्या प्रमाणात वापर करतात. सामान्यपणे नर ३४ सेंमीपर्यंत तर मादी २६ सेंमीपर्यंत वाढते.

२. कोळंबी (मॅक्रोब्रॅकियम मालकमसोनी)

ही कोळंबी मुख्यतः तळाशी वावरणारी आहे. मस्तकाचा अरीसारखा पुढे वाढलेला भाग थोडासा आखूड असतो. त्याच्या वरच्या बाजूला ७ ते ११ दातेरे असतात. त्यापैकी दोन-तीन डोळ्यांच्या खोबणीच्या मागे असतात. शेपटीचा शेवटचा खंड (टेलसन) निमुळता असतो. दुसऱ्या पायाची जोडी मोठी; पण त्यामानाने जाडजूड नसते. तिच्या शेवटी डेंगे असतात.

नदीच्या वाहत्या पाण्यात व निमखाऱ्या खाड्यांतून सापडते. प्रारंभीच्या वाढीच्या अवस्थांना निमखाऱ्या पाण्याची आवश्यकता असते. तळाशी मिळणाऱ्या सेंद्रिय कणांवर आणि मृत जीवांच्या रूपांतरित अन्नपदार्थांवर (डेट्रायट्स) उपजीविका करतो. सामान्यपणे नर २३ सेंमीपर्यंत तर मादी २० सेंमीपर्यंत वाढते. या कोळंबीचासुद्धा कोळंबी शेतीसाठी वापर करता येतो. पण तिचे बीज सहज उपलब्ध होत नाही.

तलावाचा आकार व बांधकाम

१. **तलावाचा आकार :** तलावाचा आकार हा चौरसाकृती किंवा आयाताकृती असावा. लहान आकाराचे तलाव व्यवस्थापनाच्या दृष्टीने सोयीचे असतात. तलावाचे क्षेत्रफळ हे ०.५ ते २ हेक्टर इतके असावे. पाण्याची खोली साधारणपणे १.५ ते २.० मीटर असावी. तलावात पाणी संवर्धन काळापुरते म्हणजे वर्षातून आठ ते दहा महिने असावे. पाणी किंचीत मचूळ म्हणजे ८ ते १० पीपीटी (क्षारता) असलेले असले तरी चालेल.
२. **उतार :** तळ्यातील पाण्याचा निचरा होण्यासाठी योग्य रीतीने उतार असावा.
३. **रुंद व पक्का बांध :** बांध बांधताना पुराचे पाणी आत शिरणार नाही अशा रीतीने बांधावा आणि तो रुंद असावा.
४. **पक्ष्यांपासून संरक्षण :** संवर्धन तलावात सोडलेले बीज व वाढलेली कोळंबी यांचे इतर पक्ष्यांपासून संरक्षण करण्यासाठी आणि रोगांचा प्रसार टाळण्यासाठी पक्षिरोधक जाळ्यांचा वापर करावा.
५. **पाणी आत घेण्याच्या व बाहेर सोडण्याच्या सोयी :** पाणी पंपाच्या साहाय्याने गाळून आत

पक्षिसंवर्धक जाळी

घेतले जाते. तसेच उघड्याद्वारे (झडपांद्वारे) बाहेर टाकले जाते. पाणी आत घेण्याच्या झडपांवर जाळी बसवलेली असावी. त्यामुळे इतर माशांची अंडी, पिल्ले, कीटक व कचरा संवर्धन तलावात येणार नाही.

संवर्धन तलावाची पूर्वतयारी

१. **संहारक माशांचे निर्मूलन :** कोळंबीचे पीक घेण्यापूर्वी तलावातील उपद्रवी माशांचा व इतर अपायकारक संहारक माशांचा नाश करावा. यासाठी वारंवार जाळे फिरवून स्पर्धक मासे काढून टाकावेत किंवा मोहाची पेंड २००० ते २५०० किलो/हेक्टर या प्रमाणात वापरावी. मोहाची पेंड वापरल्यानंतर कमीत कमी २५ दिवसांपर्यंत तलावात कोळंबी बीज सोडू नये.

२. **प्लवंग निर्मिती :** कोळंबीचे उत्पादन वाढवण्यासाठी तलावात योग्य जातीच्या वनस्पतिप्लवंगाची निर्मिती होणे आवश्यक आहे. अशा प्लवंगांची तळ्यात वाढ होण्याकरिता योग्य प्रमाणात सेंद्रिय व रासायनिक खतांची मात्रा देणे आवश्यक आहे. तलावातील पाण्याचा सामू ७.० पेक्षा कमी असल्यास चुनखडीची मात्रा द्यावी.

३. **तलावातील निवारा :** ही कोळंबी स्वभक्षक आहे; म्हणजे मोठ्या आकाराची कोळंबी लहान आकाराच्या कोळंबीला खाते. म्हणून कोळंबीला लपण्यासाठी सुकलेल्या झाडांच्या फांद्या, प्लास्टिकचे तुकडे किंवा विटांचे तुकडे, इत्यादी वस्तू तलावाच्या कडेने ठेवाव्यात. अशा प्रकारच्या निवाऱ्यामुळे प्रमाण घटू शकते.

४. **पाण्याचा दर्जा**

क्षारता : ० ते १० पीपीटी
तापमान : २५ ते ३२ अंश सेल्सीअस
सामू (पीएच) : ६.५ ते ७.५
विरघळलेला प्राणवायू : ५ ते ६ पीपीएम
पारदर्शकता : ३५ ते ४० सेंमी
पाण्याची जडता : १०० पीपीएमपेक्षा कमी

कोळंबी बीज

साधारणतः सप्टेंबर-ऑक्टोबर महिन्यांत २० ते ४० मिमी लांबीचे कोळंबी बीज उपलब्ध होते. बीज हे कोळंबी बीजोत्पादन (खासगी) किंवा जिल्हा मत्स्यव्यवसाय विकास अधिकारी यांच्यामार्फत मिळू शकते. तलावात केवळ कोळंबीचे संवर्धन करावयाचे असल्यास हेक्टरी ३०,००० या प्रमाणात कोळंबीचे बीज सोडावे.

या कोळंबीचे बीज काळपट तपकिरी असते. निरोगी बीज अतिशय चपळ असते आणि खाद्य खाण्यातही चपळाई दाखवते. बीज तळावर सतत फिरत असते. त्याची पोहण्याची दिशा नेहमी पाण्याच्या प्रवाहाविरुद्ध असते.

शरीरावर पांढरे डाग, झुंडीने जमा होणे, खाद्य न स्वीकारणे या अवस्था दर्शवणारे बीज आजारी किंवा रोगग्रस्त समजावे.

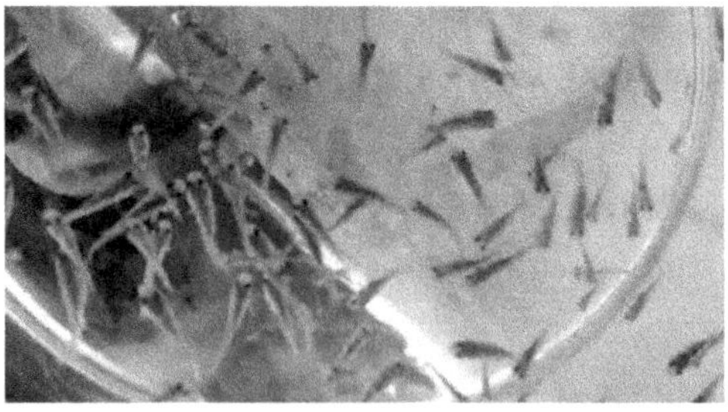

आजारी बीज

कोळंबी बीजांची वाहतूक

बीज नदीतून पकडल्यानंतर ते पॉलिथीनच्या पिशव्यांमध्ये भरून वाहून नेणे शक्य आहे. याकरिता साधारण १६ लीटर क्षमतेच्या जाड पॉलिथीन पिशवीत प्राणवायू भरून ती पिशवी पक्की बंद करून टिनाच्या डब्यांमध्ये ठेवावी. ८ ते १० तासांचा प्रवास असला तर ३० ते ३५ मिमी आकाराची २७० पिल्ले एका पॉलिथीन पिशवीत सोडल्यास २४ तासांत काही मरतूक होत नाही किंवा मरतुकी प्रमाण अत्यल्प असते.

बीज सोडण्याची पद्धत

कोळंबीचे बीज असलेल्या पिशव्या उघडून त्यात हळूहळू तलावातील पाणी टाकावे. बीजाला तलावातील पाण्याची सवय झाल्यानंतर ते तलावात सोडावे. कोळंबी बीज हे तलावात पहाटेच्या वेळी किंवा सायंकाळी सोडावे.

खाद्य व्यवस्थापन

कोळंबी तलावाच्या तळाला भागात राहणारा प्राणी आहे. तळाशी असणारे छोटे किडे, कुजलेले प्राणी व वनस्पती हे कोळंबीचे आवडते खाद्य आहे. तलावात नैसर्गिक खाद्य उपलब्ध असले तरी कोळंबीच्या जलद वाढीसाठी तिला कृत्रिम खाद्य देणे आवश्यक आहे. तसेच कोळंबीने कृत्रिम खाद्य

तलावात ग्रहण केले किंवा नाही, हे तपासणेदेखील गरजेचे असते.

वाढ व उत्पादन

कोळंबी संवर्धन तलावाची स्थिती चांगली असेल तर व ७० ते ८० टक्के बीज जिवंत राहून ८ ते १० महिन्यांमध्ये १.५ व २.० टन प्रति हेक्टरी उत्पन्न मिळू शकते.

१०

मत्स्यपालनातील रोगनिवारण पद्धती

संवर्धन तळ्यातील माशांचा मृत्यू होण्यामागे माशांना रोग होणे हे कारण असू शकते. मासे आपल्याकडे असलेल्या रोगप्रतिकार शक्तीच्या साहाय्याने रोगांशी लढत असतात. परंतु बऱ्याच वेळेस तळ्यातील दूषित पाण्यामुळे यावर मर्यादा येतात.

अन्य प्राण्यांप्रमाणे माशांवरही रोगांचा प्रादुर्भाव होतो. अनेक प्रकारचे जीवाणू माशांमध्ये येणाऱ्या रोगांसाठी कारणीभूत असतात. माशांची रोगप्रतिकार शक्ती कमी असेल तर त्यांच्यामध्ये जीवाणूंद्वारे रोगांचा प्रादुर्भाव होण्याचे प्रमाण जास्त असते. याव्यतिरिक्त माशांच्या भोवती असलेले पर्यावरण, पोषण आहारांची कमतरता यामुळे माशांमध्ये रोग उद्‌भवतात. माशांची घनता पाण्यामध्ये जास्त असल्यास रोग उद्‌भवण्याची शक्यतापण जास्त असते.

रोगाचे कारण

पाण्यातील वातावरण, मासे, आणि जीवाणू हे तीन घटक एकमेकांच्या संपर्कात असतात. जीवाणू पाण्यातील वातावरणामध्ये आधीपासूनच असतात. जोपर्यंत पाण्याचे तापमान, विरघळीत प्राणवायू, सामू इत्यादी घटक संतुलित असतात तोपर्यंत माशांमध्ये रोग उद्‌भवत नाही.

रोगांची लक्षणे

- माशांनी खाद्य न खाणे
- माशांच्या अंगाच्या खालच्या भागावर घासून उमटलेला ठसा
- मासे तळ्यामध्ये काठावर व एकाच जागेवर जमा होणे
- मृत्युदर वाढणे
- मासे पाण्याच्या पृष्ठभागावर वारंवार येणे

शारीरिक चिन्ह

- त्वचेवर फोडे येणे
- पोटफुगी होणे
- फुगलेले डोळे
- त्वचेवर खरचटलेले डाग येणे
- शरीराचा किंवा पंखांचा रंग जाणे किंवा खरचटल्यासारखे ओरखडे येणे
- जास्त प्रमाणात चिकट पदार्थ शरीरावर असणे

रोगांवर प्रतिबंध

रोगांवर प्रतिबंध ही मत्स्यपालनामधील प्राथमिक गरज आहे. मत्स्यपालन नेहमी रोगमुक्त असले पाहिजे. मत्स्यबीज नेहमी पुरेसा प्राणवायू, सामू असलेल्या आणि अमोनियाचे प्रमाण कमीत कमी असलेल्या तळ्यामध्ये केले पाहिजे. मत्स्य हाताळणी व्यवस्थित असली पाहिजे. माशांवर कमीत कमी ताण असला पाहिजे.

संसर्गजन्य रोगाचे निवारण कसे करावे ?

माशांमध्ये रोगांचे लक्षण दिसून आल्यास त्याचा

नमुना रोगतज्ज्ञांकडे पाठवण्यात यावा. नमुने कशा प्रकारे आणि किती पाठवायचे, याची माहिती असणे गरजेचे आहे.

माशांचे नमुने कसे घेण्यात यावेत याची माहिती पुढे दिलेली आहे :

१. जे मासे अनपेक्षित हालचाली दाखवत असतील, अयोग्य रीतीने पोहणे, पोहताना उलटे होऊन जाणे, अशा माशांमध्ये रोग होण्याची शक्यता जास्त असते. अशा माशांचा जिवंत नमुना विश्लेषणासाठी पाठवण्यात यावा.
२. त्वचेवरील अल्सर, पंखांवरील झालेली झीज, माशांच्या श्वसनेंद्रियांची झालेली झीज किंवा त्यांचे बंद पडणे ही सर्व लक्षणे रोग उद्भवण्याची असतात. यामध्येसुद्धा माशांचा जिवंत किंवा मृत नमुना विश्लेषणाकरिता पाठवण्यात येतो.
३. मृत मासे, ज्यांचे श्वसनेंद्रिय जास्त प्रमाणात लाल झालेले आहे, शरीरावर चिकट पदार्थ, शरीराचा रंग फिका पडलेला आहे असासुद्धा नमुना पाठवला जाऊ शकतो. माशांची मृत्यूची वेळ ही माशांच्या घेतलेल्या नमुन्यावरून ओळखता येते.

तत्काळ कृती

- तळ्यातील पाण्याचे प्रमाण वाढवणे
- नवीन पाणी तळ्यामध्ये सोडणे
- तळ्यातील गाळ साफ करणे
- पाण्याच्या पृष्ठभागात एरेटर्सचा वापर करणे
- मृत माशांना तळ्यामधून काढून टाकणे
- पाण्यामधील सडत असलेली रानटी झुडपे व वनस्पती काढून टाकणे
- माशांना खाद्य देणे बंद करणे व तळ्याची मशागत करणे

मत्स्य संवर्धकांना माशावरील या रोगचिन्हांची माहिती असणे गरजेचे आहे :

- पाण्यामध्ये असलेले मृत मासे
- माशांनी अचानकरीत्या खाद्य खाणे बंद करून टाकणे
- पाण्यामधील मासे खाद्य देण्याच्या वेळीच पाण्याच्या पृष्ठभागावर दिसायला हवेत. इतर वेळी पृष्ठभागावर दिसायला नकोत.
- तळ्याच्या काठावर मासे का जमा होतात, याचे निरीक्षण करावे.
- मासे पाण्याच्या पृष्ठभागावर येऊन श्वास घेण्याचा प्रयत्न करतात किंवा कठोर वस्तूला स्वत:चे अंग घासतात.
- माशांच्या इतर अनपेक्षित हालचालीसुद्धा रोगाचे लक्षणे असू शकतात. माशांच्या शरीरावर झालेली झीज, पंखांवरील झीज हीसुद्धा लक्षणे असू शकतात.

गोड्या पाण्यातील उद्भवणारे रोग व त्यांचे उपचार

■ **परजीवी रोग**

१. व्हरलिंग (चक्री रोग)

माशांच्या शरीरावर जास्त प्रमाणात चिकट स्राव येणे, शेपटी जोरजोरात हालवणे, जास्त संक्रमित असल्यास डोके, शरीर, पाठीचा कणा वाकून जाणे

उपचार

- तळ्यातील पाणी काढून टाकावे. कॅल्शिअम सायनामाईड ०.२ किलो प्रति स्क्वेअरमीटर या दराने तळाशी पसरावे.

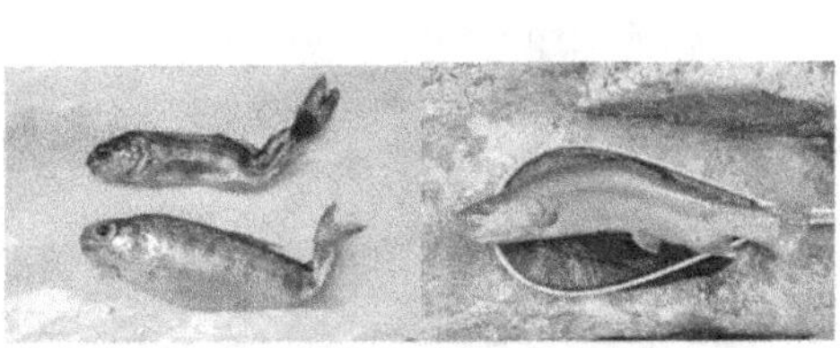

- तळे रिकामे झाल्यानंतर २०० ते २२० किलो प्रति हेक्टर या दराने तळाशी चुना टाकून दोन आठवड्यांकरिता सुकू द्यावा. ज्याच्यामुळे जीवाणू पूर्णपणे निष्क्रिय होतील.
- दोन आठवड्यांनंतर तळ्यामध्ये परत मत्स्यबीज सोडावे.

२. शरीरावर पांढरे चट्टे

खवल्यांवर आणि शरीरावर पांढरे चट्टे येणे, मासळीची हालचाल मंदावणे इत्यादी. पांढरे चट्टे पंखांवरसुद्धा दिसून येतात.

उपचार

- पाण्यात २५० ते ३०० किलो चुना प्रति हेक्टर दराने देण्यात यावा. चुन्याबरोबर ३ ते ५ टक्के मिठाच्या द्रावणात संक्रमित माशाला बुडवून काढावे.

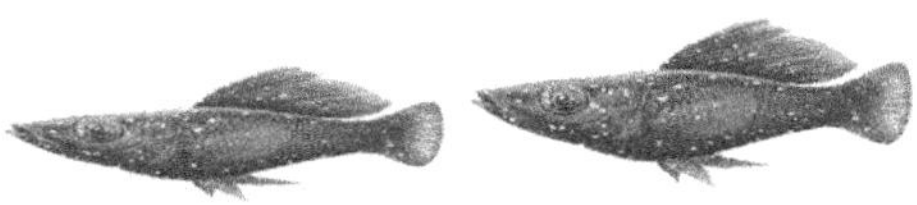

३. अरग्युलस

संक्रमित मासे आढळणे, खाद्य न खाणे, शरीरावर छोटे डाग येणे, हे डाग परजीवी विषाणू असतात.

उपचार

- पोटॅशिअम परमँगनेट ($KMnO_4$) ४ मिग्रॅ प्रति लीटर या दराने पाण्यात टाकावे. या पाण्यात माशांना बुडवून घ्यावे. किंवा

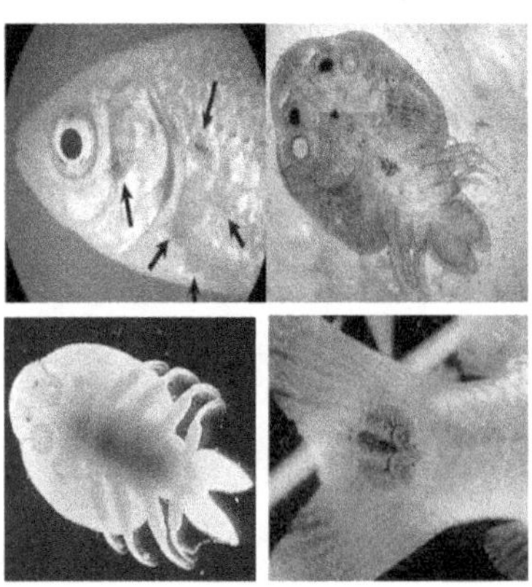

- साधे मीठ पाण्यात टाकून २.५ ते ५ टक्के या दराने ५ ते १० मिनिटांकरिता देण्यात यावे.
  हा उपचार एका सिमेंटच्या टाकीमध्ये किंवा प्लास्टिक पूलमध्ये करावा. उपचार झाल्यानंतर माशांना त्वरित पाण्यात सोडावे. किंवा
- तळ्यातून पाणी काढून टाकल्यावर २०० ते २५० किलो चुना प्रति हेक्टर या दराने तळभागावर टाकून तळे दोन आठवडे उन्हामध्ये सुकू द्यावे.

■ जीवाणूंमुळे होणारे रोग

१. ड्राप्सी (Dropsy) : पोटफुगी

माशांच्या पोटात पाणी साठल्यामुळे माशांचे पोट जास्त फुगून दिसते, याला ड्रॉप्सी म्हणतात. अंगावरील खवले उभे राहणे, बोटाने दाबल्यास तोंडामधून पाणी बाहेर येणे

उपचार

- पोटॅश ४ ते ५ मिग्रॅ प्रति लीटर या दराने तळ्यातील पाण्यात टाकणे

२. शेपटीवर आणि पंखांवर कीड लागून त्याची झीज होणे

शेपूट आणि पंख यांची झालेली झीज, शेपटीवर आलेले चट्टे

उपचार

- माशाला कॉपर सल्फेट ($CuSO_4$) २ मिग्रॅ

प्रति लीटर या दराने एक ते दोन मिनिटांकरिता द्रावणात बुडवावे.

- यानंतर खाद्यामध्ये टेट्रासायक्लीन (Tetracycline) हे औषध मिसळून १० ते १५ मिग्रॅ प्रति किलो वजन याप्रमाणे द्यावे.

३. श्वसनेंद्रिय रोग

मासोळीचे श्वसनेंद्रिय पिवळे पडून जाणे, सोबत चिकट पदार्थाचा जास्त स्राव होणे, मासोळीचे सुस्त होणे, पाण्याच्या पृष्ठभागावर जमा होणे

उपचार

- या रोगाची लागण झालेल्या माशाला पोटॅशिअम परमँगनेट ($KMnO_4$) १ ते २ मिग्रॅ प्रति लीटर या द्रावणात अंघोळ देणे. हा उपचार २० दिवस करावा.

४. अल्सर रोग

शरीरावर अल्सरचे डाग पडून खवले गळून पडणे, शरीरावर लाल चट्टे येणे

उपचार

- पोटॅश (KOH) ५ मिग्रॅ प्रति लीटर या दराने पाण्यात टाकावे. खाद्यामध्ये Sulphadiazineचे मिश्रण १०० मिग्रॅ प्रति किलो खाद्य या दराने १० ते १२ दिवस द्यावे.

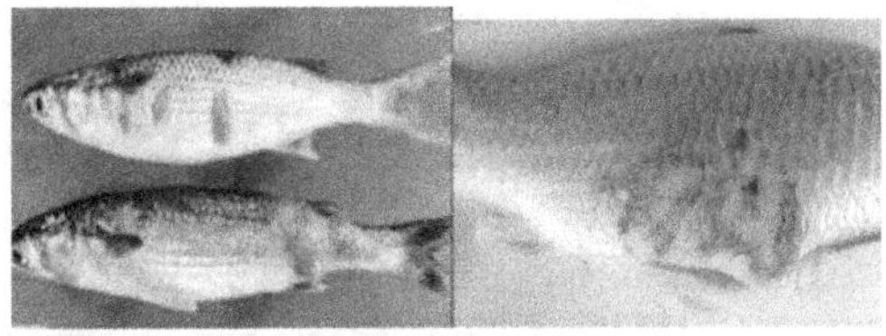

■ विषाणूंमुळे होणारे रोग

१. गोबी रोग (Cauliflower Disease)

शरीरावर किंवा तोंडावर गोबीच्या फुलासारखी वाढ होणे. याचा रंग लाल किंवा भुरा दिसतो.

उपचार

- पाण्यामध्ये क्वीनाइन सल्फेट ६० मिग्रॅ प्रति लीटर ४० ते ५० दिवस देण्यात यावे.

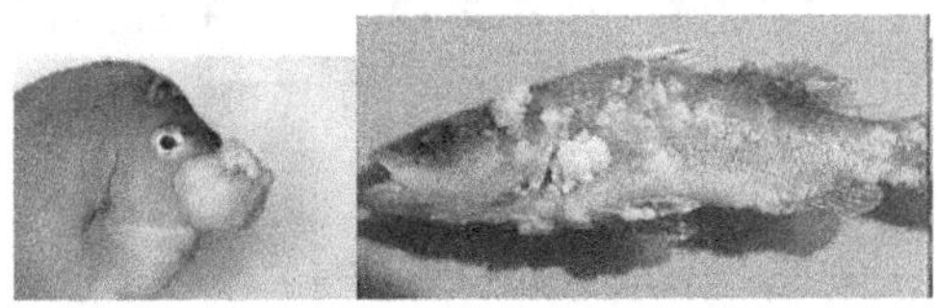

२. बुरशी रोग (Fungal Disease) : कल्ल्यांना बुरशी होणे (Branchyomycosis)

संक्रमित मासे तळ्यामध्ये प्रवाही भागात जमा होणे, संक्रमित माशांचे कल्ले पिवळे पडणे व गळून पडणे

उपचार

- तळ्यातील संपूर्ण पाणी काढून टाकावे आणि २०० ते २५० किलो चुना Quick Lime (CaO) प्रति हेक्टर या दराने तळभागावर टाकावा.
- कॉपर सल्फेट ($CuSO_4$) ८ किलो प्रति हेक्टर

या दराने चार महिन्यांच्या अंतराने पाण्यात टाकावे. दर महिन्याला २ ते ३ किलो प्रति हेक्टर एवढा डोस असावा. किंवा

- कॉपर सल्फेट ($CuSO_4$)ने (१ ग्रॅम प्रति १० लीटर) १० ते २० मिनिटांसाठी संक्रमित माशांना अंघोळ घालावी.

३. **अंगसुजणे, रक्ताळणे (Ichthyphonous)**
माशांच्या शरीरातील संक्रमित अवयवाच्या बाहेरील भागावर सूज येऊन माशांचे शरीर वक्र होणे

उपचार

- चुन्याचा वापर करून तळ्यातील पाण्याचे निर्जंतुकीकरण करावे.
- संक्रमित मासे तळ्यामधून काढून टाकावेत. २०० मिग्रॅ प्रति लीटर या दराने क्लोरीनची मात्रा पाण्यात द्यावी.

पूरक आहाराची कमतरता

- पाठीचा कणा तिरपा होणे, गळ्याजवळील गाठ, अंधपणा
- किडनी खराब होणे, जखम लवकर न बरी होणे, माशांची वाढ न होणे, कमी भूक लागणे वरील लक्षणेसुद्धा पूरक आहाराची कमतरता दर्शवतात. अशा माशांना तळ्यामधून काढून टाकण्यात यावे.

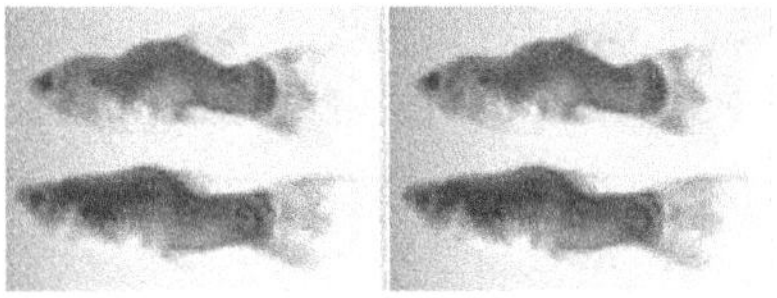

Epizootic Ulcerative Syndrome

कोणत्या माशांना संसर्ग होतो ?

इंडियन मेजर कॉर्प : रोहु, कटला, मृगल **विदेशी कॉर्प :** सिल्वर कार्प, ग्रास कार्प, कॉमन कार्प

रोगाची चिन्हे व लक्षणे

माशांच्या शरीरावर येणारे लाल चट्टे किंवा जळल्यासारखे भुरे चट्टे अल्सरचे असू शकतात. काही दिवसांनंतर खवले गळून पडण्यासोबत माशांचा मृत्यू संभवतो.

रोगप्रतिबंधक उपचार

चुना ५ ते १० किलो प्रति हेक्टर या दराने पाण्यात देण्यात यावा. चुन्याचा डोस पाण्यातील सामूवरती अवलंबून असतो. चुन्याबरोबर पोटॅश (KOH) सुद्धा देण्यात येते. याचा डोस ४ ते ५ मिग्रॅ प्रति लीटर दराने देण्यात यावा.

उपचार

- पाण्यात १० ते १५ किलो प्रति हेक्टर या दराने चुना टाकण्यात यावा. चुन्याचा डोस हा पाण्याच्या सामूवर निर्भर असतो. चुना टाकल्याच्या एक-दोन दिवसांनंतर तळ्यातील पाण्यावर सॉक्रेणा डब्ल्यूएसचा शिडकाव करावा. दोन-तीन वेळा गरजेनुसार परत शिडकावा करण्यात यावा.
- याव्यतिरिक्त संक्रमित मासोळीवर सिमेंट टाक्यांमध्ये किंवा प्लास्टिक पूलमध्येही उपचार केला जाऊ शकतो. संक्रमित म ासोळीला ३-४ टक्के साध्या मिठाच्या पाण्यामध्ये बुडवूनसुद्धा उपचार केला जाऊ शकतो.
- ४ ते ६ मिग्रॅ प्रति लीटर पोटॅश पाण्यामध्ये टाकून मासोळीला अंघोळ घालावी.
- केंद्रीय गोडे पाणी मत्स्य संवर्धन संस्था, भुवनेश्वरनिर्मित CIFAX हे रसायन १ लीटर प्रति हेक्टर या प्रमाणात मिसळल्यास रोग सात दिवसांमध्ये बरा होतो.

विभाग तीन

मत्स्य संवर्धनातील नवीन संधी, मत्स्यशेती : प्रश्नोत्तरे

१

पिंजरा संवर्धन

पिंजरा संवर्धनाचे फायदे

- जलाशयांमध्ये मत्स्यशेतीसाठी उत्तम पर्याय आहे.
- मत्स्यशेतीसाठी शेतजमिनीच्या वापरावरील ताण कमी होतो.
- मत्स्यशेतीसाठी स्वतंत्र तलाव बांधकामाचा व पाणी बदलण्याचा खर्च नाही.
- तळ्यामधील मत्स्य संवर्धनापेक्षा १० ते १२ पटीने अधिक उत्पादन मिळते.
- पुराचा धोका, पाणी झिरपणे व बाष्पीभवन यांमुळे पाणी कमी होणे अशा तळ्यातील म त्स्य संवर्धनासारख्या अडचणी येत नाहीत.
- टिलापिया संवर्धनासाठी अधिक फायदेशीर तंत्रज्ञान. कारण टिलापिया माशांचे पिंजऱ्यामध्ये नैसर्गिक प्रजनन होत नाही.
- खाद्य व्यवस्थापन, आरोग्य व्यवस्थापन व विक्रीयोग्य मासे पकडणे सोयीस्कर होते.

जवळपास ७० विविध जातींच्या माशांचे पिंजऱ्यांद्वारे संवर्धन करता येते. प्रामुख्याने भारतीय प्रमुख कार्प, मागूर, सिंगी, पंगस, टिलापिया इत्यादी माशांचा पिंजरा संवर्धनासाठी वापर केला जातो. पिंजरा संवर्धनासाठी मत्स्य प्रजातींनुसार स्थिर पिंजरे, तरंगते पिंजरे, बुडते पिंजरे अशा वेगवेगळ्या पिंजऱ्यांचा उपयोग करतात. भारतामध्ये तरंगत्या पिंजऱ्यांचा जास्त वापर केला जातो. हे पिंजरे चौकोनी, आयताकृती, वर्तुळाकार अथवा षट्कोनी असू शकतात.

लागणारे साहित्य

- पिंजरा संवर्धनासाठी वापरात येणारे साहित्य मजबूत व पाण्यामध्ये टिकणारे असावे.
- पिंजऱ्याचा ढाचा तयार करण्यासाठी सर्वात स्वस्त साहित्य म्हणजे बांबूचा किंवा लाकडाचा ढाचा (Frame) करतात.
- इतर प्रकारांमध्ये ६.५ ते ७.५ सेंमी व्यासाची लोखंडी पाईप (Galvanized Iron), सर्वसाधारणपणे कूपनलिकेसाठी (Bore Well) वापरात येणारी ४ ते ५ मिमी जाडीची पाईप, पीव्हीसी पाईप किंवा ओरीप्लास्टाची HDPE पाईपसुद्धा ढाचा तयार करण्यास वापरली जाते.
- रिकामे प्लास्टिकचे किंवा लोखंडाचे ड्रम पिंजरा तरंगण्यासाठी वापरतात. याव्यतिरिक्त HDPE फायबरचा किंवा स्टायरीफोमचा वापरदेखील केला जातो.
- पिंजरा पाण्यामध्ये स्थिर राहावा म्हणून पाण्यात बुडणाऱ्या जड वस्तूंचा वापर करतात. यामध्ये ३ ते ४ किलोचे दगड नायलॉन दोरीच्या साहाय्याने पिंजऱ्याच्या फ्रेमच्या खालील चारही कोपऱ्यांमध्ये बांधले जातात. यामुळे

पिंजरा पाण्यामध्ये सरळ व योग्य आकारमानात पाण्याच्या लाटेमध्येदेखील टिकून राहतो.

- पिंजऱ्याच्या जाळीसाठी विविध साहित्यांचा वापर केला जातो. यामध्ये गाठीविरहित HDPE प्लास्टो जाळीचा सर्वाधिक वापर करतात.
- पिंजऱ्याच्या जाळीचा घेर हा कोणत्या अवस्थेतील माशांचे पालन करावयाचे आहे, यावर अवलंबून असतो. पिंजरा संवर्धनाद्वारे मत्स्यबीजांपासून बोटुकली तयार करावयाची असल्यास १ ते २ मिमी घेर असलेली जाळी वापरली जाते. जर बोटुकलीपासून विक्रीयोग्य मासे तयार करायचे असतील तर ८ ते २० मिमी घेराची जाळी वापरली जाते.

पिंजऱ्यामधील माशांची संचयन घनता

पिंजऱ्यामधील माशांची संचयन घनता ही मत्स्य प्रजातीचा प्रकार, पाण्याची प्रत, पाण्याच्या प्रवाहामुळे पाणी बदलले जाण्याची क्षमता, खाद्याची प्रत व प्रमाण इत्यादींवर अवलंबून असते. सर्वसाधारणपणे प्रमाणित केलेली संचयन घनता पुढीलप्रमाणे आहे :

१. मत्स्यजिरे ते मत्स्यबीज : १०,००० कार्प मत्स्यजिरे प्रति चौमी
२. मत्स्यबीज ते मत्स्य बोटुकली : २,८०० कार्प मत्स्यबीज प्रति चौमी
३. मत्स्य बोटुकली ते अधिक वाढ झालेली बोटुकली : ३०० मत्स्य कार्प बोटुकली प्रति चौमी
४. मागूर संवर्धनासाठी : २०० बोटुकली प्रति चौमी
५. मरळ संवर्धनासाठी : १२५ बोटुकली प्रति चौमी
६. टिलापिया संवर्धनासाठी : ७० ते ७५ बोटुकली प्रति घनमीटर
७. पंगस संवर्धनासाठी : ७५ ते १०० बोटुकली प्रति घनमीटर

खाद्य व्यवस्थापन

धरणांमध्ये संचयन केलेल्या मत्स्यबीजांना नैसर्गिक खाद्याचे प्रमाण पुरसे नसल्यामुळे त्यांना पूरक खाद्य देणे गरजेचे आहे. मातीच्या तळ्यामध्ये मत्स्यबीजांना जे पूरक खाद्य पुरवले जाते ते पिंजरा संवर्धनासाठीदेखील वापरले जाते. परंतु पाण्यावर तरंगणारे खाद्य सोयीस्कररीत्या पुरवता येते. खाद्य व्यवस्थापनासाठी पिंजऱ्याच्या रचनेमध्येच फीडिंग रींगचा किंवा फीडरचा वापर केला जातो.

मागूर संवर्धनासाठी माशांची भुकटी, सोयाबीन पेंड, शेंगदाणा पेंड, भाताचा कोंडा, गव्हाचे पीठ यांपासून तयार केलेले खाद्य पुरवले जाते. मरळ

संवर्धनासाठी पाण्यामध्ये उकडलेले व छोटे तुकडे केलेले टाकाऊ मासे खाद्य म्हणून वापरले जातात.

उत्पादन

- पिंजरा संवर्धनापासून बोटुकली उत्पादनासाठी संपूर्ण वर्षभरामधून तीन पिके घेणे शक्य आहेत. त्यापैकी दोन पिके भारतीय प्रमुख कार्प प्रजातीची व एक पीक चायनीज कार्प प्रजातीचे घेतले जाते.
- संचयन केलेल्या प्रति एक लाख मत्स्यबीजांपासून ७०,००० मत्स्य बोटुकलींचे उत्पादन घेता येते. मत्स्य बोटुकली तयार करण्यासाठी एकूण खर्च प्रति बोटुकली ०.४० रुपये एवढा आहे.
- भारतामध्ये विविध भागांमध्ये १० सेंमीच्या मत्स्य बोटुकलीस २ ते ३ रुपये एवढा भाव मिळतो.
- मरळ मासा ४० बोटुकली प्रति घनमीटर एवढ्या प्रमाणात संचयन केल्यास त्याची वाढ सहा महिन्यांमध्ये २०० ग्रॅम एवढी होते.
- पिंजऱ्यामधून मागूर माशांचे उत्पादन ७०० ग्रॅम प्रति घनमीटर प्रति महिना एवढे होते.

२

शास्त्रीय पद्धतीने निमसुधारित मत्स्य संवर्धन

वेगवेगळ्या हवामानात विविध ठिकाणी निमसुधारित मत्स्य संवर्धन पद्धतीचा वापर केला जातो. या पद्धतीमध्ये खतांच्या वापरासोबत पूरक खाद्यदेखील माशांना पुरवले जाते. या पद्धतीमध्ये तळ्याची तयारी, संचयन घनता, खतांचा पुरवठा, नियमित पूरक खाद्य इत्यादी बाबी महत्त्वाच्या ठरतात. पूरक खाद्यात शेंगदाणा पेंड, भाताचा कोंडा, सोयाबीन पेंड, गव्हाचे पीठ इत्यादी खाद्याच्या मिश्रणात प्रथिनांचे प्रमाण २५ ते २७ टक्के राहील याची काळजी घेऊन खाद्य बनवावे. तळ्याची खोली साधारण १.५ ते २ मीटर असावी. मत्स्य बोटुकलींची संचयन घनता ५,००० ते ७,५०० प्रति हेक्टर एवढी ठेवावी. बोटुकली वजनाने १० ते १५ ग्रॅमपर्यंत ठेवता येते.

संवर्धन करताना योग्य जागेची निवड करणे ही अतिशय गरजेची बाब आहे. त्यासाठी पाणी धरून ठेवणारी जमीन, गाळाची किंवा काळी माती असलेली जमीन, चिकण माती असणारी जमीन योग्य ठरते. निवडलेली जागा साधारणपणे अल्कधर्मी (पीएच ७.५ ते ८) असावी. तळे बांधण्यापूर्वी पूर परिस्थिती, पर्जन्यमान, पाण्याचा निचरा इत्यादी बाबींचा विचार करावा. किफायतशीर मत्स्यशेतीसाठी सुमारे चार ते पाच हेक्टर क्षेत्रफळाची जमीन आवश्यक आहे. प्रत्येक तळ्याचे क्षेत्रफळ ०.४ ते १.० हेक्टर असावे. असे तळे आर्थिक व तांत्रिक दृष्ट्या अधिक किफायतशीर ठरते. मत्स्य संवर्धन सुरू करण्याअगोदर तळे उन्हाळ्यात पूर्णपणे सुकवून घ्यावे; जेणेकरून सुकवण्यामुळे कुजलेल्या पाणवनस्पती मातीत एकरूप होतात आणि तळ्याची उत्पादकता वाढण्यास मदत होते. तळे सुकवल्यामुळे तळ्यातील उपद्रवी मासे व इतर अनावश्यक प्राण्यांचा नाश होतो.

तळ्यामध्ये मत्स्यबीज संवर्धनापूर्वी चुना मारून घ्यावा. चुन्यामुळे तळाशी साचलेले विषारी वायू नाहीसे होतात; आम्लाचा निर्देशांक वाढून तो स्थिर राहण्यास मदत होते. तळ्यातील पाण्यात असणारे अतिरिक्त जैविक घटक चुन्यामुळे मोकळे झाल्यामुळे वनस्पती-प्लवंगांची व प्राणी-प्लवंगांची वाढ योग्य प्रमाणात होते. तसेच, मत्स्यबीजाला रोग होण्याची शक्यता कमी होते. एक हेक्टर क्षेत्राला २५० किलो या प्रमाणात तळभागात चुना मिसळावा.

मत्स्य उत्पादन हे तळ्यातील मातीच्या भौतिक, रासायनिक व जीवशास्त्रीय गुणधर्मांवर अवलंबून असते. तळ्याच्या तळाला सेंद्रिय घटकांचे क्षारीकरण होऊन पोषकतत्त्वे पाण्याच्या बाहेर पडत असतात. भौतिक गुणधर्मात मातीचा पोत, पाणी धरून ठेवण्याची क्षमता; तर रासायनिक गुणधर्मात पीएच, सेंद्रिय कार्बन, उपलब्ध नत्र, उपलब्ध स्फुरद हे महत्त्वाचे घटक आहेत. या घटकांना गृहीत धरून मत्स्य तळ्याचे नियोजनबद्ध

व्यवस्थापन करावे.

मत्स्य संवर्धन करताना तळ्यातील पाण्याच्या रंगाबाबत माहिती असणे आवश्यक आहे. तळ्यातील पाणी स्वच्छ असू नये. संवर्धन तळ्यात जमिनीचा तळ दिसत असेल तर संवर्धनयुक्त माशांच्या आहारातील मुख्य घटक प्लवंगांची उत्पत्ती पाण्यात कमी आहे, असे समजावे. मातीसारखा, चहासारखा रंग पाण्यातील मातीच्या सूक्ष्मकणांची उपस्थिती दर्शवतो, जे मत्स्य संवर्धनासाठी पोषक नसते. पाण्याचा हिरवा रंग वनस्पती-प्लवंग दर्शवतो, तर पाण्याचा बदामी किंवा तपकिरी रंग प्राणी-प्लवंग दर्शवतो. अशा पाण्यात माशांची वाढ जलद गतीने होते.

मत्स्य संवर्धन तळ्यात संहारक आणि मत्स्यभक्षक माशांच्या नायनाटासाठी पाणी सोडलेल्या तळ्यात वारंवार जाळी फिरवून स्थानिक व संहारक जातींचे मासे काढून टाकावेत. नवीन पाणी तळ्यात घेताना तळ्याच्या आतल्या बाजूला बारीक जाळी बसवावी. तसेच, काही रसायनांचा वापर करूनदेखील संहारक आणि मत्स्यभक्षक म ाशांचा नायनाट करता येतो. यात डेरिस रूट पावडर, मोहाची पेंड अथवा गूळ इत्यादींचा योग्य प्रमाणात वापर करावा.

मत्स्य संवर्धन तळ्यात प्राथमिक उत्पादकता वाढवण्यासाठी सेंद्रिय खत– शेणखत वापरावे. तसेच असेंद्रिय खतात– युरिया, फॉस्फेट्स, नायट्रेट्स, अमोनिअम सल्फेट इत्यादी खते वापरावीत. संवर्धन तळ्यात एकाच वेळी दोन ते तीन खते वापरली जाऊ शकतात.

गोड्या पाण्यातील कटला, रोहू चंदेरा, गवत्या, सायप्रिनस यांच्या संवर्धनाचा कालावधी सर्वसाधारणपणे १ वर्षाचा असतो; तर देशी मागूर या प्रजातीच्या माशांचा संवर्धन कालावधी पाच ते सहा महिन्यांचा असतो. मरळ, पंगस, टिलापिया या जातींच्या माशांच्या वाढीचा सर्वसाधारण कालावधी सात ते आठ महिन्यांचा असतो. हे मासे या काळात बाजारात विकण्याजोगे होतात.

मत्स्य शेती करताना खाद्य व्यवस्थापन हा अतिशय महत्त्वाचा विषय असून माशांना तळ्यात जेवढे खाद्य खायला लागेल तेवढेच पुरवावे. अति खाद्य अथवा कमी खाद्य माशांना पुरवल्यास त्याचे विपरीत परिणाम मत्स्य संवर्धनावर होऊ शकतात. मत्स्य शेती करत असताना पूरक खाद्याचे प्रमाण तळ्यातील माशांचे एकूण वजन व त्यांच्या वाढीच्या अवस्था यांवर अवलंबून असते.

अलीकडे महाराष्ट्रात अनेक भागांत शेततळी झाली आहेत. शेततळ्यांमध्ये हिंदुस्थानी माशांचे– जसे, कटला, रोहू, मृगल, पंगस, टिलापिया, मरळ इत्यादी माशांचे– संवर्धन करणे फायदेशीर ठरते. हवेतील प्राणवायू श्वसन करणारे कॅटफिश– उदाहरणार्थ, मागूर, मरळ इत्यादी प्रजातीच्या माशांचे संवर्धन अधिक आर्थिक उत्पन्न मिळवून देणारे आहे.

मत्स्य संवर्धन व्यावसायिक क्षेत्रामध्ये संशोधन व शिक्षण कार्य करण्याकरिता देशामध्ये अनेक संस्था कार्यरत आहेत. त्यापैकी महाराष्ट्रात केंद्रीय मत्स्य शिक्षण संस्था, मुंबई; मत्स्य विज्ञान महाविद्यालय नागपूर; मत्स्य विज्ञान महाविद्यालय, उदगीर व मत्स्य विज्ञान महाविद्यालय, रत्नागिरी या महाविद्यालयांचा समावेश होतो.

३

मत्स्य संवर्धनासाठी 'एफआरपी' हॅचरी

मत्स्यबीज पैदाशीकरिता कमी खर्चामध्ये फायबरग्लास रिइनफोर्स प्लास्टिकचा वापर करून (एफआरपी) हॅचरी तयार करता येते. हे तंत्रज्ञान भुवनेश्वर येथील केंद्रीय गोड्या पाण्यातील मत्स्य संवर्धन संस्थेने विकसित केले आहे. या हॅचरीमुळे पुरेशा प्रमाणात चांगल्या मत्स्यबीजांची निर्मिती करणे शक्य आहे.

आपल्याकडील गोड्या पाण्यातील मत्स्य संवर्धनातून मिळणारे उत्पादन इतर राज्यांपेक्षा कमी आहे. कारण आपल्याकडे योग्य प्रतीच्या मत्स्यबीजांची उपलब्धता होत नाही. तसेच नवीन तंत्रज्ञानाचाही अभाव आहे. राज्यामध्ये उपलब्ध असणाऱ्या मत्स्यबीज उत्पादन केंद्रांमधून मत्स्यबीजांच्या मागणीची पूर्तता होत नाही. म्हणूनच मत्स्य उत्पादकांना मत्स्यबीजांकरिता बाहेरील राज्यांवर अवलंबून राहावे लागते. भारतीय प्रमुख कार्प प्रजातीच्या माशांचे प्रजनन नैसर्गिकरीत्या पावसाळ्यात नदीमध्ये होते. कृत्रिमरीत्या या माशांचे प्रजनन करण्याकरिता संप्रेरकांव्यतिरिक्त पावसाळी वातावरण निर्माण करण्याकरिता हॅचरीमध्ये पाण्याचे फवारे व नदीसारखा पाण्याचा प्रवाह राहण्याकरिता पाणीप्रवाह व्यवस्थापन केले जाते.

एफआरपी हॅचरी तंत्रज्ञान

सर्वसाधारणपणे भारतीय प्रमुख कार्प प्रजातीच्या माशांचे मत्स्यबीज तयार करण्याकरिता सिमेंट काँक्रीटच्या वर्तुळाकार हॅचरीचा वापर केला जातो. या हॅचरीच्या बांधकामासाठी जास्त खर्च येत असल्यामुळे सामान्य शेतकरी मत्स्यबीज प्रकल्प उभा करू शकत नाही. परंतु आता मत्स्यबीज पैदाशीकरिता कमी खर्चीक एफआरपी हॅचरी तंत्रज्ञान विकसित झाले आहे. मत्स्यबीज उत्पादनाकरिता स्थिर काँक्रीट गोलाकार हॅचरीपेक्षा एफआरपीचा वापर करून हॅचरी बनवली तर उत्पादनावरील खर्च बऱ्याच प्रमाणात कमी होतो.

एफआरपी हॅचरीची वैशिष्ट्ये

- एका जागेवरून दुसऱ्या जागी हलवता येते.
- सुलभपणे जोडणी करून वापर करता येतो.
- मत्स्यबीज उत्पादनाकरिता कमी पाणी व जागेचा वापर होतो.
- दुरुस्तीसाठी सोयीस्कर आहे.
- हॅचरीचे वजन कमी आहे. साधारणतः १५ वर्षे टिकते.

एफआरपी हॅचरीचे मुख्य भाग

अ) प्रजनन टाकी

प्रजनन टाकीचा व्यास २.१५ मीटर, उंची ०.९ मीटर व पाणी साठवणूक क्षमता ३,४०० लीटर असते. टाकीची जाडी साधारणतः ४.२ ते ६ मिमी एवढी असते. टाकीच्या मध्यभागी पाणी जाण्याकरिता

हॅचरीची तयारी

प्रजननक्षम नर-मादी यांची निवड

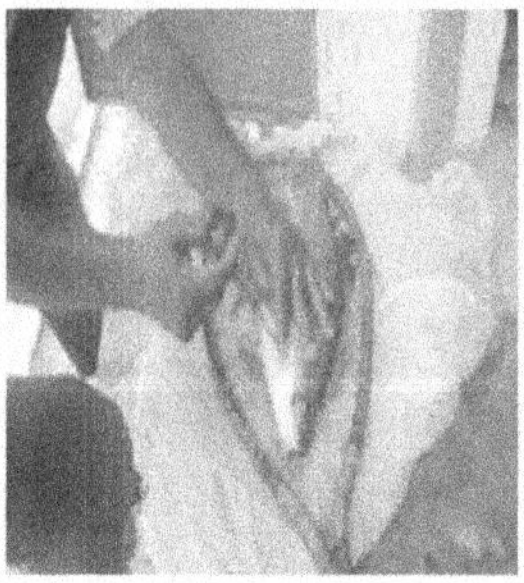

संप्रेरकांचा वापर

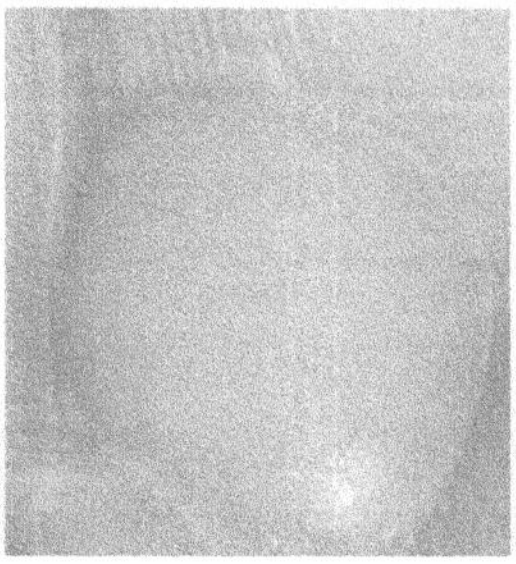

फलित अंड्यांना जमवणे

फलित अंड्यांना उबवणे

माशांची पिल्ले जमा करणे

छिद्र असते. टाकीच्या बाजूच्या भिंतीला खालील बाजूस पाच पीव्हीसी निप्पल पाणी गोलाकार फिरण्याकरिता समान अंतरावर बसवलेले असतात.

ब) उबवणी टाकी

उबवणी टाकी वर्तुळाकार असून, तिचा व्यास १.४ मीटर व उंची १.८ मीटर असते. या टाकीमध्ये

प्रजनन टाकी

बाहेरील अंडी उबवणी भाग, आतील भाग व पाणीपुरवठा करण्याकरिता व्यवस्था केलेली असते. टाकीचा आतील भाग ०.४ मीटर व्यासाचा असतो. तो नायलॉनच्या बारीक जाळ्याने झाकला जातो. नायलॉन जाळीचा आस जवळपास ०.२५ मिमी एवढा असतो. नायलॉन जाळीमुळे जास्तीचे पाणी वाहून जाते आणि फक्त अंडी उबवणी विभागामध्येच फिरत राहतात. अंडी उबवणी विभागामध्ये सहा डक माऊथ पाइप (१५ मिमी व्यास) ४५ अंशामध्ये समान अंतरावर बसवलेले असतात. उबवणी टाकीमध्ये पाण्याची पातळी योग्य राखण्याकरिता टाकीच्या मध्यभागी योग्य उंचीचा पीव्हीसी पाईप बसवला जातो. पीव्हीसी पाईपच्या वरून पाण्याचा निचरा होतो. त्यामुळे पाण्याची पातळी योग्य राखली जाते.

क) अंडी/मत्स्यजिरे साठवणूक टाकी

अंडी/मत्स्यजिरे साठवणूक टाकी आयताकृती (१.० फूट × ०.५१२ फूट × ०.५ मीटर) असते. या टाकीमधील पाणी निघून जाण्यासाठी ०.३५ मीटर उंचीवर छिद्र दिलेले असते. अंडी अथवा मत्स्यजिरे साठवणुकीपूर्वी टाकीभोवती आतील बाजूने कापडी हापा बांधला जातो.

ड) पाणी साठवणूक टाकी

पाणी साठवणूक टाकी कमीत कमी २,००० लीटर क्षमतेची व जमिनीपासून ३ मीटर उंचीवर असावी. हॅचरी यशस्वीपणे चालवण्याकरिता पाणी स्वच्छ, प्लवंगविरहित असावे, तसेच प्राणवायूचे प्रमाणही योग्य असावे. टाकीमध्ये वेळोवेळी पाणी भरण्यासाठी एक अश्वशक्तीचा पंप आवश्यक आहे.

हॅचरी चालवण्याची कार्यपद्धती

- सर्व टाक्या ५ पीपीएम पोटॅशिअम परमँगनेट द्रावणाने धुवाव्यात. त्यानंतर स्वच्छ पाण्याचा वापर करून धुवाव्यात.
- प्रजनन टाकीमध्ये पाणी भरून १० ते १२ प्रजननक्षम मासे (एक मासा सर्वसाधारण दोन किलोपेक्षा जास्त आणि पाच किलोपेक्षा कमी असावा) सोडावेत. टाकीमध्ये एका नरास एक मादी असे प्रमाण ठेवावे. हे मासे हाप्यामधील वातावरणाशी जुळवून घेण्यासाठी सोडले जातात. या वेळी प्रजनन टाकीवरील शॉवर सुरू ठेवतात.
- दोन तासांनंतर हे मासे हाप्याबाहेर काढून संप्रेरकाचे इंजेक्शन देऊन पुन्हा प्रजनन टाकीमध्ये हाप्याशिवाय सोडले जातात.
- इंजेक्शन दिल्यानंतर प्रजनन टाकीमधील पाण्याचा प्रवाह चार ते पाच तास ०.३ ते ०.४ लीटर प्रती सेकंद एवढा ठेवला जातो.
- इंजेक्शन दिल्यानंतर पाच ते सहा तासांनंतर मासे अंडी देण्यास सुरुवात करतात. अंडी आठ ते दहा तासांपर्यंत थोड्याथोड्या वेळाने देणे सुरू राहते.
- माशांनी दिलेली अंडी प्रजनन टाकीमधून खालील बाजूने मध्यभागी असणाऱ्या पीव्हीसी पाईपद्वारे अंडी / जिरे साठवणूक टाकीमध्ये जोडलेल्या हाप्यामध्ये गोळा करतात.
- गोळा केलेली अंडी मोजून बादलीच्या साहाय्याने उबवणी टाकीमध्ये सोडली जातात.
- उबवणी टाकीमधील आतील भाग असणाऱ्या एफआरपी ब्रॅकेटभोवती अगोदरच नायलॉनची जाळी लावलेली असते. पाण्याची पातळी योग्य राखण्याकरिता व निचरा होण्याकरिता ०.९ मीटर उंचीचा पीव्हीसी पाईप मध्यभागी लावला जातो.
- उबवणी टाकीमधील पाण्याचा प्रवाह ०.३ ते ०.४ लीटर प्रति सेकंद एवढा ठेवला जातो.
- प्रजननानंतर १६ ते १८ तासांनी अंडी फुटून पिल्ले बाहेर येतात.
- पिल्ले पुढील ७२ तास मत्स्यजिरे होईपर्यंत उबवणी टाकीमध्येच ठेवतात.
- तयार झालेले मत्स्यजिरे, अंडी टाकीमधील जोडलेल्या कापडी हाप्यामध्ये पकडले जातात. पुढील वाढीसाठी संगोपन तळ्यामध्ये सोडले जातात.
- एफआरपी हॅचरी खरेदीसाठी एकंदरीत १.५ लाख रुपये एवढा खर्च अपेक्षित आहे. या तंत्रज्ञानाद्वारे एका वेळी एक दशलक्ष मत्स्यजिऱ्यांची निर्मिती तीन ते चार दिवसांमध्ये होऊ शकते. माशांच्या नैसर्गिक प्रजनन कालावधीत दर वर्षी हॅचरीमधून १० ते १५ वेळा मत्स्यजिऱ्यांचे उत्पादन घेणे शक्य आहे.

४

रिसर्क्युलेटिंग ॲक्वाकल्चर सिस्टिमद्वारे मत्स्य संवर्धन फायद्याचे

सद्य:स्थितीत ॲग्रीकल्चरमध्ये सर्वात जोमाने वाढणारे क्षेत्र म्हणजे ॲक्वाकल्चर हे आहे. यास कारण म्हणजे प्रथिनयुक्त खाद्याची वाढती मागणी. तळ्यामध्ये मत्स्यपालन करणे हे खूप फायदेशीर व प्रचलित आहे. परंतु मत्स्य व्यवसायामध्ये मोठ्या प्रमाणात मासेमारी व नैसर्गिक पाण्याचे स्रोत दूषित झाल्यामुळे मासे मिळण्याचे प्रमाण कमी झाले आहे. पारंपरिक ॲक्वाकल्चर उद्योगांना भरपूर अडचणींना सामोरे जावे लागते; त्यात चांगल्या जागेची उपलब्धता नसणे, माशांचे रोग पसरणे, दूषित पाण्याचे व्यवस्थापन इत्यादी बाबी येतात. या अडचणींवर प्रभावशाली उपाय म्हणून रिसर्क्युलेटिंग ॲक्वाकल्चर सिस्टिम (RAS) उपयुक्त ठरू शकते. आरएएस हे संवर्धनामधील हवामान स्थितीला नियंत्रित करू शकणारे तंत्रज्ञान असून यात जास्त मत्स्यबीज संचयन घनता ठेवता येते. या तंत्रज्ञानात टाक्यांचा वापर केला जातो. तसेच यात मेकॅनिकल आणि बायोलॉजिकल फिल्टरचा वापर केला जातो. या तंत्रज्ञानात ज्या टाकीमध्ये मासे सोडलेले असतात, त्या टाकीतील पाण्यावर उपचार करून ते परत वापरले जाते. कारण पारंपरिक ॲक्वाकल्चर पद्धतीपेक्षा आरएएस तंत्रज्ञानात ९० ते ९९% पाणी कमी लागते. आरएएस तंत्रज्ञानाद्वारे आपण घाणीचा प्रादुर्भाव, रसायनांचा वापर तसेच माशांचे निसटणे कमी करू शकतो.

आरएएसमध्ये लागणारे प्रमुख व महत्त्वाचे मापदंडे नियंत्रित करणे व त्या मापदंडावर कायम लक्ष ठेवणे फार महत्त्वाचे असते. या तंत्रज्ञानाच्या माहिती कौशल्याबरोबरच चिकाटी असणे गरजेचे असते. त्यामुळे या तंत्रज्ञानावर चांगले काम करता येते व परिणामदेखील चांगले मिळतात.

आरएएस मत्स्य संवर्धनाचे फायदे

या संवर्धनात उत्पादन जास्त मिळते. पाणी व जागा कमी लागते. शिवाय, पाणी कमी दूषित होते. पर्यावरणीय मापदंडके पूर्णपणे नियंत्रणात असतात. मासे सहजरीत्या वाढतात व पकडता येतात. माशांच्या रोगराईवर नियंत्रण मिळवता येते. मत्स्य बाजारपेठेजवळच आरएएस स्थापित करता येते. माशांच्या प्रजातीनुसार वर्षभर उत्पादन काढता येते.

आरएएसचा आराखडा

आरएएसमध्ये मत्स्य टाक्या, मेकॅनिकल फिल्टर, बायोफिल्टर, ट्रिकलिंग फिल्टर, प्राणवायू संपन्नता भाग, UV जंतुनाशक इत्यादी बाबी तसेच काही सुविधादेखील असतात. त्यात सामू नियामक, उष्माविनिमय एकक, डिनायट्रिफिकेशन युनिट सामावण्यात येतात. सर्वसामान्यपणे या तंत्रज्ञानात मत्स्य टाकीतील पाणी मेकॅनिकल (यांत्रिक) फिल्टरमधून फिरवले जाते. तदनंतर जैविक फिल्टरमधून फिरवले जाते.

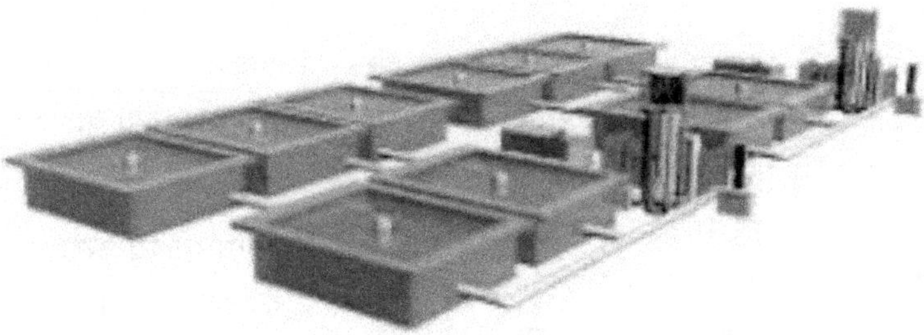

आरएएसचा आराखडा

मत्स्य संवर्धनाच्या टाक्या

आरएएस मत्स्य संवर्धनासाठी वापरल्या जाणाऱ्या टाक्या आयताकृती, गोलाकार, अंडाकृती इत्यादी असू शकतात. प्रामुख्याने गोलाकार किंवा अंडाकृती टाक्यांचा वापर केला जातो. कारण या टाक्यांची साफसफाई करणे सोपे जाते, तसेच या टाक्यांमध्ये पाण्याचे अभिसरणदेखील चांगले होते. मत्स्यपालन करणारी टाकी वेगवेगळ्या क्षमतेची असते; ते वेगवेगळ्या घटकांवर अवलंबून असते. जसे, मासा कोणत्या प्रजातीचा आहे, संचयन दर, पाण्याचा दर्जा व उपलब्धता इत्यादी. टाकी तयार करण्यासाठी धातू, लाकूड, काच, रबर, काँक्रीट किंवा प्लास्टिक इत्यादींचा वापर केला जातो. बिनविषारी व न गंजणारे असे साहित्य टाकी तयार करण्यासाठी वापरण्यात येते. टाकीचा आतला भाग स्वच्छ व मऊ असतो. काही आधुनिक टाक्यांमध्ये घाण निघून जाण्यासाठी आउटलेट्स तसेच फिल्टर व योग्य अशा जाळ्या बसवलेल्या असतात. आउटलेट्समुळे मरतुक झालेले मासे सहजरीत्या काढता येतात. काही टाक्यांमध्ये प्राणवायू व तापमान मोजण्यासाठी सेन्सर्स लावलेले असतात. ते स्वयंचलितपणे नियंत्रित होतात. टाक्यांमध्ये पुरेसा प्राणवायू मिसळण्यासाठी (डीफ्युजर्स) बसवलेले असतात.

आरएएस मस्त्यपालनात पाण्याचा प्रवाह स्थिर ठेवण्यासाठी योग्य अशा मोटारीचा / पंपाचा वापर करण्यात येतो. पंप हा सर्वसाधारणपणे टाक्यांचा बाहेर ठेवला जातो.

यांत्रिक व जैविक फिल्टर

मत्स्य टाकीमधील जमा झालेली घाण यांत्रिक फिल्टरद्वारे काढली जाते. अत्याधुनिक आरएएसमध्ये आउटलेट्ससोबत असणाऱ्या फिल्टरला मॅक्रोस्क्रीन (बारीक सूक्ष्मदर्शक जाळी) असे म्हणतात. या मॅक्रोस्क्रीनच्या आसाचा आकार / माप ४० ते १०० मॅक्रोनपर्यंत असू शकते. मॅक्रोस्क्रीनमुळे जैविक फिल्टरवरील भार कमी होतो, तसेच त्याची कार्य करण्याची क्षमता वाढते व सेंद्रिय अशुद्धता कमी होते.

जैविक फिल्टर

आरएएसमध्ये जैविक फिल्टर हा खूप महत्त्वाचा भाग असतो. कारण हा भाग घाण पाण्याच्या उपचारादरम्यान पाण्यातील प्रदूषके काढण्याचे काम करतो. या फिल्टरचे आतील माध्यम प्लास्टिक शीट, दगड, वाळू इत्यादींपासून बनवले जातात. फिल्टरमधल्या माध्यमांचा गुणधर्म असा असला पाहिजे की, उच्च पृष्ठभाग मोठा असला पाहिजे; जेणेकरून चांगल्या सूक्ष्मजंतूंची वाढ योग्य मिळेल. पाण्याच्या हालचालीसाठी छिद्रे हवीत. क्लोग प्रतिरोधक व स्वच्छ करण्यास सोपे व्हावे.

पाण्याचा सामू प्रमाण व तापमान नियमित नियंत्रणात ठेवल्याने जैविक फिल्टर प्रभावशाली काम करते. पाण्याचे तापमान १०-३५° सें. तसेच सामू ७ ते ८ दरम्यान असावा. पाण्याचा सामू जास्त असल्यास फिल्टर त्याच्या क्षमतेने कार्य करत नाही. परिणामी, त्याचा पाण्यावर विषारी प्रभाव पडू शकतो. त्यामुळे सामूचा समतोल राखणे फार महत्त्वाचे आहे. ते प्रामुख्याने पुढील घटकांवर अवलंबून असते : (१) फिल्टरची जैविक क्रिया (२) मत्स्य टाकीत CO_2 तयार होण्याचे प्रमाण (३) नायट्रिफिकेशन प्रक्रिया

घाण जमा करण्यासाठी स्वच्छता टाकीचा वापर

संवर्धनयुक्त मत्स्य टाकीमध्ये घाण जमा होत राहिल्यास पाण्यात प्राणवायूचे प्रमाण कमी होते. त्यामुळे टाकीतील संचयन घनतादेखील कमी होते. त्यासाठी जास्तीची घाण जमा करण्यासाठी एक वेगळी टाकी असावी. त्यामुळे मत्स्य टाकीमध्ये जैविक फिल्टर ब्लॉक होणार नाही. तसेच टाकी (Sump) ही वेळोवेळी साफ करावी.

मत्स्य टाकीतील अपायकारक वायू काढणे

मत्स्य संवर्धन करत असताना टाकीमध्ये माशांना अपाय करतील असे वायू जमा होत असतात. असे वायू मत्स्य टाकीतून काढून टाकणे, त्यासाठी नियमित एरिएशन करणे महत्त्वाचे असते; जेणेकरून त्यांचा माशांच्या वाढीवर परिणाम होणार नाही.

आरएएसमध्ये प्राणवायू पुरवठा करणे

आरएएस टाकीमध्ये प्राणवायू पुरवठा करण्याला एरिएशन असे म्हणावे. आरएएसमध्ये गरम आणि थंड पाण्याच्या अभिसरणासाठी ६ ते ८ पीपीएम प्राणवायूची आवश्यकता असते. आरएएसमध्ये मत्स्य टाकीत मोठा भार पेलण्याची क्षमता असल्यामुळे प्राणवायूचे प्रमाण कमी होऊ शकते. त्यासाठी नियमित प्राणवायू पुरवठा असला पाहिजे. सर्वसामान्यपणे पाण्यात हवा मिसळण्यासाठी, मत्स्य टाकीत प्राणवायू मिसळण्यासाठी सबमर्ज एअर स्टोन वापरतात.

आरएएस मत्स्य संवर्धनात नायट्रिफिकेशन

मत्स्य टाकीत मत्स्य खाद्यामुळे, माशांच्या विष्ठेमुळे तसेच इतर घटकांमुळे अमोनिया तयार होऊ शकतो. त्यामुळे माशांच्या जीविताला धोका पोहोचू शकतो. त्यासाठी अमोनिया वायू मत्स्य टाकीतून काढून टाकणे गरजेचे असते. अमोनिया वायूमधील विषारीपणा काढण्याच्या पद्धतीला नायट्रिफिकेशन असे म्हणतात. नायट्रिफिकेशनमध्ये अमोनिया नायट्रोजनचे रूपांतर कमी विषारी नायट्रोजन डायऑक्साइडमध्ये करणे तसेच सूक्ष्मजंतूंचा वापर करून शेवटी बिनविषारी नायट्रेट तयार करणे हे उद्दिष्ट असते; जेणेकरून मत्स्य टाकीमधून विषारी अमोनिया वायू निघून जाईल.

पाण्यामध्ये बिनविषारी नायट्रेटचे प्रमाण १०० मिलीग्रॅम/लीटरपेक्षा जास्त असू नये. असल्यास त्याचा विपरीत परिणाम माशांच्या वाढीवर होऊ शकतो. मत्स्य टाकीतील पाण्यामध्ये सतत गोडे पाणी सोडत राहिल्यास पाण्यातील नायट्रेटचे प्रमाण कमी होते.

संवर्धनातील इतर काही उपयुक्त मापदंड

माशांचे खाद्य

मासे प्राणवायू घेऊन कार्बन डायऑक्साइड सोडतात. तसेच पाण्यात उपलब्ध असलेल्या इतर घटकांमुळे– माशांचे खाद्य, माशांची विष्ठा, सेंद्रिय टाकाऊ पदार्थ इत्यादी– अमोनिया हा टाकाऊ वायूदेखील तयार होतो. आरएएस प्रणालीमध्ये वाळलेले खाद्य माशांना देणे फायदेशीर ठरू शकते. त्यामुळे मत्स्य टाकीत प्रदूषण व रोगराई कमी होते. खाद्य वापरण्याचा दर उंचावतो. पाण्यात कमी टाकाऊ पदार्थ जमा होतात, आणि पाण्याचा उपचार करण्यासाठी कमी भार जातो.

आरएएस प्रणालीमध्ये कार्प, टिलापिया, पंगस इत्यादी मासे संवर्धन केले जाऊ शकतात.

आरएएसमध्ये माशांचे व्यवस्थापन

१. मत्स्य बोटुकलीची वाढ एकाच मत्स्य टाकीत बाजार आकारात, हव्या असलेल्या आकारात होत नाही. म्हणून वेगवेगळ्या आकाराचे मासे मोजून दुसऱ्या टाकीत सोडावेत.
२. वाढीच्या टाकीमध्ये मत्स्य बोटुकली सोडण्यापूर्वी वेगळी टाकी निवडावी.
३. मत्स्य बोटुकली सोडण्याची टाकी व मत्स्य बोटुकली वाढीची टाकी या एकमेकींपासून दूर व वेगवेगळ्या ठेवाव्यात.
४. मत्स्य बोटुकलीमध्ये रोगराई पसरली आहे किंवा कसे हे जाणून घेण्यासाठी तीन ते सहा आठवड्यांचा वेळ घेऊन मत्स्य बोटुकली टाकी (Quarontine)मध्ये उपचार करावेत. आरएएसमध्ये नियमित देखभाल व नियंत्रण करणे महत्त्वाचे ठरते. या प्रणालीत प्राणवायू, सामू, पाण्याची पातळी व इतर कार्य, देखभाल करणे अत्यंत महत्त्वाचे ठरते. या प्रणालीत स्वयंचलित सेन्सर वापरलेले असल्यामुळे अडचणी आल्यास त्यावर मात करणे सोपे जाते.

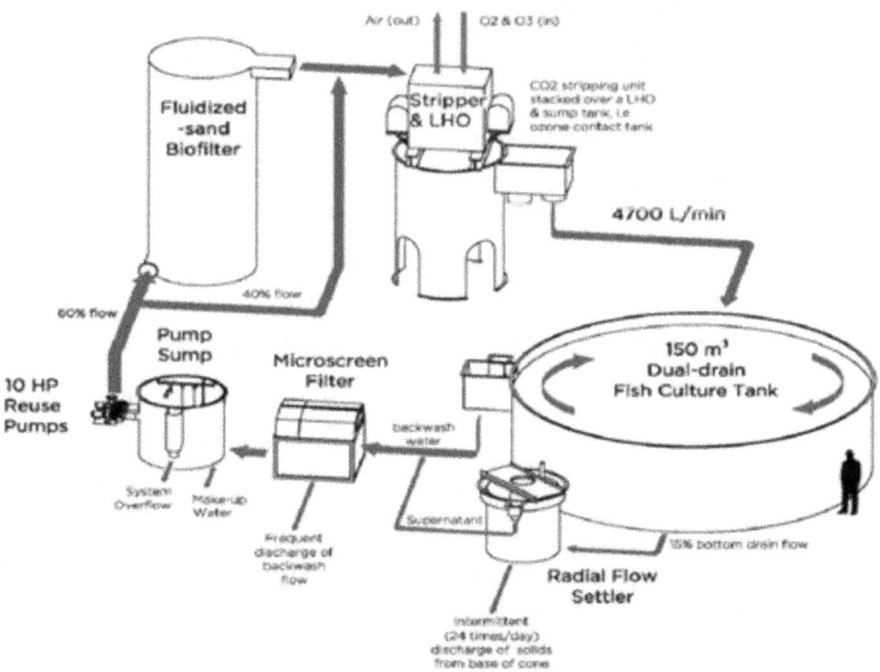

५

मत्स्य शेतीचे प्रश्न आणि उपाय

१. 'मस्य संवर्धन' म्हणजे काय? मत्स्य संवर्धन करताना कोणत्या अडचणींना सामारे जावे लागेल? त्यावर कोणत्या उपाययोजना कराव्यात?

मत्स्य संवर्धन म्हणजे तलावातील पाण्यात अनुकूल वातावरण निर्माण करून त्यात निवडक (संवर्धनयुक्त महत्त्वाची) माशांची पिल्ले सोडावयाची, त्या पिल्लाची काळजी घेऊन वाढ करायची म्हणजे 'मत्स्य संवर्धन'. मत्स्य संवर्धनहे प्रामुख्याने छोट्या तळ्यांमध्ये कार्प मासे, मागूर, मरळ, गिफ्ट टिलापिया, पंगस, पाबदा, शिंगी इत्यादी माशांचे संवर्धन व मासेमारी, गोड्या पाण्यातील कोळंबी संवर्धन, शोभिवंत माशांचे संवर्धन, निमखाऱ्या पाण्यातील कोळंबी व इतर माशांचे संवर्धन, अशा निरनिराळ्या प्रकारे करता येते. कार्प जातीच्या माशांचे संवर्धन वेगवेगळ्या आकारमानाच्या तलावात करता येते. त्यासाठी संगोपन पद्धतीचा वापर करता येतो. विविध प्रमाणित संवर्धन खाद्य, खते, बीजाचे व पाण्याचे व्यवस्थापन केले जाते.

२. तळ्यामध्ये मत्स्य संवर्धनाच्या कोणकोणत्या पद्धती असतात?

तळ्यामध्ये मत्स्य संवर्धनाच्या तीन पद्धती आहेत : (१) असुधारित मत्स्य संवर्धन पद्धत (२) निमसुधारित मत्स्य संवर्धन पद्धत (३) सुधारित मत्स्य संवर्धन पद्धत

असुधारित मत्स्य संवर्धन पद्धतीमध्ये मासे नैसर्गिकरीत्या उपलब्ध खाद्य ग्रहण करत असतात. पारंपरिक मत्स्यपालनामध्ये वेगवेगळ्या कमी खर्चीक काही प्रमाणात सेंद्रिय व असेंद्रिय खते तसेच गोबरगॅस तयार करताना मिळालेल्या शेणकुटाचा वापर करता येतो.

वेगवेगळ्या हवामानात, विविध ठिकाणी निमसुधारित मत्स्य संवर्धन पद्धतीचा वापर केला जातो. या पद्धतीमध्ये खतांच्या वापरासोबत पूरक खाद्यदेखील माशांना पुरवले जाते. या पद्धतीमध्ये तळ्याची तयारी, संचयन घनता, खतांचा पुरवठा, नियमित पूरक खाद्य या बाबी महत्त्वाच्या ठरतात. पूरक खाद्यात शेंगदाणा पेंड, भाताचा कोंडा, सोयाबीन पेंड, गव्हाचे पीठ इत्यादी खाद्यांच्या मिश्रणात प्रथिनांचे प्रमाण २५ ते २७ टक्के राहील याची काळजी घेऊन खाद्य बनवावे. तलावाची खोली साधारण १.५ ते २ मीटर असावी. मत्स्य बोटुकलीची संचयन घनता ५,००० ते ७,५०० प्रति हेक्टर एवढी ठेवावी. बोटुकली वजनाने १० ते १५ ग्रॅमपर्यंत ठेवता येते.

सुधारित मत्स्य संवर्धन पद्धतीमध्ये कमी जागेत माशांचे जास्त उत्पादन मिळण्यासाठी माशांची संचयन घनता अधिक ठेवून माशांना जास्त

प्रमाणात पूरक खाद्य खाण्यासाठी पुरवले जाते. माशांना प्राणवायू मिळण्यासाठी या पद्धतीमध्ये एरीएटरदेखील वापरले जाते.

३. मत्स्य संवर्धन करताना योग्य जागेची निवड कशी करावी ?

योग्य जागेची निवड ही अतिशय गरजेची बाब आहे. त्यासाठी पाणी धरून ठेवणारी जमीन, गाळाची किंवा काळी माती असलेली जमीन, चिकण माती असणारी जमीन योग्य ठरते. निवडलेली जागा साधारणपणे अल्कधर्मी (पीएच ७.५ ते ८) असावी. तळे बांधण्यापूर्वी पूरपरिस्थिती, पर्जन्यमान, पाण्याचा निचरा इत्यादी बाबींचा विचार करावा. असे तळे मत्स्य संवर्धनासाठी फायदेशीर ठरू शकते.

मत्स्य संवर्धनास सुरुवात करण्यापूर्वी तलाव उन्हाळ्यात पूर्णपणे सुकवून घ्यावा. सुकवण्यामुळे कुजलेल्या पाणवनस्पती वाढण्यास एकरूप होतात आणि तळ्याची उत्पादकता वाढण्यास मदत होते. तळे सुकवल्यामुळे तळ्यातील उपद्रवी मासे व इतर अनावश्यक प्राण्यांचा नाश होतो. तळ्यामध्ये मत्स्यबीज संवर्धनापूर्वी चुना मारून घ्यावा. चुन्यामुळे तलावाच्या तळाशी साठलेले विषारी वायू नाहीसे होतात. आम्लाचा निर्देशांक वाढून तो स्थिर राहण्यास मदत होते. तळ्यातील पाण्यात असणारे अतिरिक्त जैविक घटक चुन्यामुळे मोकळे झाल्यामुळे वनस्पती-प्लवंग व प्राणी-प्लवंग यांची वाढ योग्य प्रमाणात होते. तसेच मत्स्यबीजाला रोग होण्याची शक्यता कमी होते.

४. तळ्यामध्ये चुन्याचे प्रमाण किती असावे ?

तळ्यामध्ये एक हेक्टर क्षेत्राला २५० किलो चुना या प्रमाणात तळभागात मिसळावा. मत्स्य तळ्याचे उत्पादन हे तळ्यातील मातीच्या भौतिक, रासायनिक व जीवशास्त्रीय गुणधर्मांवर अवलंबून असते. तळ्याच्या तळाला सेंद्रिय घटकांचे क्षारीकरण होऊन पोषकतत्त्वे पाण्याच्या बाहेर पडत असतात. भौतिक गुणधर्मात मातीचा पोत, मातीची पाणी धरून ठेवण्याची क्षमता, तसेच रासायनिक गुणधर्मात पीएच, सेंद्रिय कार्बन, उपलब्ध नत्र, उपलब्ध स्फुरद हे महत्त्वाचे घटक आहेत. या घटकांना गृहीत धरून मत्स्य तळ्याचे नियोजनबद्ध व्यवस्थापन करावे.

५. मत्स्य संवर्धन करताना तळ्यातील पाण्याच्या रंग कसा असावा ?

तळ्यातील पाणी स्वच्छ असू नये. संवर्धन तळ्यात जमिनीचा तळ दिसत असेल तर संवर्धनयुक्त माशांच्या आहारातील मुख्य घटक प्लवंगांची उत्पत्ती पाण्यात कमी आहे असे समजावे. मातीसारखा, चहासारखा रंग पाण्यातील मातीच्या सूक्ष्म कणांची उपस्थिती दर्शवतो, जे मत्स्य संवर्धनासाठी पोषक नसते. पाण्याचा हिरवा रंग वनस्पती-प्लवंग दर्शवतो तसेच पाण्याचा बदामी किंवा तपकिरी रंग प्राणी-प्लवंग दर्शवतो. अशा पाण्यात माशांची वाढ जलद गतीने होते.

मत्स्य संवर्धन तळ्यात संहारक आणि मत्स्यभक्षक माशांच्या नायनाटासाठी पाणी सोडलेल्या तळ्यात वारंवार जाळी फिरवून स्थानिक व संहारक जातीचे मासे काढून टाकावेत. नवीन पाणी तळ्यात घेताना तळ्याच्या आतल्या बाजूला बारीक जाळी बसवावी. तसेच काही रसायनांचा वापर करूनदेखील संहारक आणि मत्यभक्षक माशांचा नायनाट करता येतो. यात डेरिस रूट पावडर, मोहाची पेंड अथवा गूळ इत्यादींचा योग्य प्रमाणात वापर करावा. मत्स्य संवर्धन तळ्यात प्राथमिक उत्पादकता वाढवण्यासाठी सेंद्रिय खत– शेणखत वापरावे. तसेच असेंद्रिय खतात– युरिया, फॉस्फेट्स, नायट्रेट्स, अमोनिअम सल्फेट इत्यादी खते वापरावीत. संवर्धन तळ्यात एकाच वेळी दोन ते तीन खते वापरली जाऊ शकतात.

गोड्या पाण्यातील कटला, रोहू, चंदेरा,

गवत्या, सायप्रिनस यांच्या संवर्धनाचा कालावधी सर्वसाधारणपणे एक वर्षाचा असतो; तर देशी मागूर या जातीच्या माशाच्या संवर्धन कालवधी ५ ते ६ महिन्यांचा असतो. मरळ, पंगस, टिलापिया या जातीच्या माशांचा वाढीचा सर्वसाधारण कालावधी ७ ते ८ महिन्यांचा असतो. हे मासे या काळात बाजारात विकण्याजोगे होतात.

६. मत्स्य शेती करताना खाद्य व्यवस्थापन कसे असावे?

मत्स्य शेती करताना खाद्य व्यवस्थापन हा अतिशय महत्त्वाचा विषय असून माशांना तळ्यात जेवढे खाद्य खायला लागेल तेवढेच पुरवावे. अति खाद्य अथवा कमी खाद्य माशांना पुरवल्यास त्याचे विपरीत परिणाम मत्स्य संवर्धानावर होऊ शकतात. मत्स्य शेती करत असताना पूरक खाद्याचे प्रमाण हे तळ्यातील माशांचे एकूण वजन व त्यांच्या वाढीच्या अवस्था यांवर अवलंबून असते.

अलीकडे महाराष्ट्रात अनेक भागांत शेततळे झाले आहे. शेततळ्यामध्ये कटला, रोहू, मृगल, पंगस, टिलापिया, मरळ इत्यादी हिंदुस्थानी माशांचे संवर्धन करणे फायदेशीर ठरते. हवेतील प्राणवायू श्वसन करणारे कॅटफिश–उदाहरणार्थ, मागूर, मरळ इत्यादी–जातीच्या माशांचे संवर्धन अधिक आर्थिक उत्पन्न मिळवून देणारे आहे.

७. मत्स्य संवर्धन व्यावसायिक क्षेत्रामध्ये संशोधन व शिक्षण कार्य करण्याकरिता महाराष्ट्रात कोणत्या संस्था कार्यरत आहेत?

मत्स्य संवर्धन व्यावसायिक क्षेत्रामध्ये संशोधन व शिक्षण कार्य करण्याकरिता देशामध्ये अनेक संस्था कार्यरत आहे. त्यापैकी महाराष्ट्रात केंद्रीय मत्स्य शिक्षण संस्था, मुंबई; मत्स्य विज्ञान महाविद्यालय, नागपूर; मत्स्य विज्ञान महाविद्यालय उदगीर, व कॉलेज ऑफ फिशरीज, रत्नागिरी या महाविद्यालयांचा समावेश होतो.

विभाग चार

परिशिष्ट

मत्स्यपालनाचे अर्थशास्त्र

येणारा खर्च

क्र.	तपशील	प्रमाण	येणारा खर्च (रुपये)
		अ. भांडवली खर्च	
१.	तळ्याची भाडेपट्टी		५,०००
२.	मासेमारी जाळी		१०,०००
३.	पंप व इतर यंत्रसामग्री		३०,०००
	एकूण		**३५,०००**
		ब. खेळते भांडवल	
१.	नांगरणी खर्च व साफसफाई		१०,०००
२.	चुना	२५० किलो (प्रति बॅग २५ किलो)	२,५००
३.	साबण + केरोसीन/डीजल	साबण २० किलो केरोसीन/डीजल १०० लीटर	१,००० ६,५००
४.	खते : युरिया सुपर फॉस्फेट	२५० किलो (८ रु./ प्रति किलो) २५० किलो (८ रु./ प्रति किलो)	२,००० २,०००
५.	शेणखत	१०,००० किलो (२ रु./ प्रति किलो)	२०,०००
६.	मत्स्य बोटुकली	१२,००० नग/ ५० मिमी (१.५ रु./ प्रति नग)	१८,०००
७.	पूरक खाद्य	१०,००० किलो (१५% मरतुक पकडल्यास) २५% शेंगदाण्याची ढेप = २,५०० किलो (४२ रु./ प्रति किलो) ७५ % कुक्कुस = ७,५०० किलो (२० रु./प्रति किलो)	१,०५,००० १,५०,०००

क्र.	**तपशील**	**प्रमाण**	**येणारा खर्च (रुपये)**
		एकूण खर्च (अ+ ब)	**३,५२,०००**
८.	मासेमारी व मजुरी		**१,००,०००**
९.	मत्स्य उत्पादन	७ ते ८ टन (बाजार भाव १०० रुपये) (७,००० × १००)	७,००,०००
		एकूण उत्पन्न (७,००,००० – ४,५२, ०००)	**२,४८,०००**

जिल्हा कार्यालये व त्यांचे दूरध्वनी क्रमांक

क्र.	पदनाम	मुख्यालय	दूरध्वनी क्रमांक
१	साहाय्यक आयुक्त मत्स्यव्यवसाय	मुंबई उपनगर	०२२-२६५५१९९६
२	साहाय्यक आयुक्त मत्स्यव्यवसाय	मुंबई शहर	०२२-२६५५१९९६
३	साहाय्यक आयुक्त मत्स्यव्यवसाय	ठाणे - पालघर	०२५२५-२५२२१५
४	साहाय्यक आयुक्त मत्स्यव्यवसाय	अलिबाग	०२१४१-२२२०३७
५	साहाय्यक आयुक्त मत्स्यव्यवसाय	रत्नागिरी	०२३५२-२३३७२६
६	साहाय्यक आयुक्त मत्स्यव्यवसाय	सिंधुदुर्ग	०२५२५-२५२२१५
७	साहाय्यक आयुक्त मत्स्यव्यवसाय	पुणे	०२०-२५६५३४३०
८	साहाय्यक आयुक्त मत्स्यव्यवसाय	सातारा	०२१६२-२३९५८८
९	साहाय्यक आयुक्त मत्स्यव्यवसाय	सांगली	०५२३३-२३२१७१५
१०	साहाय्यक आयुक्त मत्स्यव्यवसाय	सोलापूर	०२१७-२७२२८९६
११	साहाय्यक आयुक्त मत्स्यव्यवसाय	कोल्हापूर	०२३१-२६५२४३९
१२	साहाय्यक आयुक्त मत्स्यव्यवसाय	नाशिक	०२५२३-२४५५९५५
१३	साहाय्यक आयुक्त मत्स्यव्यवसाय	जळगाव	०२२५७-२२२६१३९
१४	साहाय्यक आयुक्त मत्स्यव्यवसाय	धुळे	०२५६२-२२०१८१
१५	साहाय्यक आयुक्त मत्स्यव्यवसाय	नंदुरबार	०२५६२-२२०१८१
१६	साहाय्यक आयुक्त मत्स्यव्यवसाय	अहमदनगर	०२४१-२३२३३८३
१७	साहाय्यक आयुक्त मत्स्यव्यवसाय	औरंगाबाद	०२४०-२३६४२४८
१८	साहाय्यक आयुक्त मत्स्यव्यवसाय	जालना	०२४८२-२२५१९१
१९	साहाय्यक आयुक्त मत्स्यव्यवसाय	परभणी	०२४५२-२२०३८६
२०	साहाय्यक आयुक्त मत्स्यव्यवसाय	हिंगोली	०७२३२-२४४३८८
२१	साहाय्यक आयुक्त मत्स्यव्यवसाय	बीड	०२४७२-२२२७०९
२२	साहाय्यक आयुक्त मत्स्यव्यवसाय	लातूर	०२३८२-२४१५९५

क्र.	पदनाम	मुख्यालय	दूरध्वनी क्रमांक
२३	साहाय्यक आयुक्त मत्स्यव्यवसाय	नांदेड	०२४६२-२५२३२३
२४	साहाय्यक आयुक्त मत्स्यव्यवसाय	उस्मानाबाद	०२४७२-२२३३६४
२५	साहाय्यक आयुक्त मत्स्यव्यवसाय	अमरावती	०७२१-२६६२८०१
२६	साहाय्यक आयुक्त मत्स्यव्यवसाय	यवतमाळ	०७२३२-२४४३८८
२७	साहाय्यक आयुक्त मत्स्यव्यवसाय	अकोला आणि वाशिम	०७२४-२४५८७५२
२८	साहाय्यक आयुक्त मत्स्यव्यवसाय	बुलढाणा	०७२६२-२४२२५४
२९	साहाय्यक आयुक्त मत्स्यव्यवसाय	नागपूर	०७१२-२५५४०४७
३०	साहाय्यक आयुक्त मत्स्यव्यवसाय	भंडारा	०७१८४-२५२६६८
३१	साहाय्यक आयुक्त मत्स्यव्यवसाय	गोंदिया	०७१८२-२२३०६३
३२	साहाय्यक आयुक्त मत्स्यव्यवसाय	चंद्रपूर	०७१७२-२५०२७६
३३	साहाय्यक आयुक्त मत्स्यव्यवसाय	गडचिरोली	०७१३२-२२२३२८
३४	साहाय्यक आयुक्त मत्स्यव्यवसाय	वर्धा	०७१५२-२४३८०२

लेखक परिचय

उमेश सूर्यवंशी
साहाय्यक प्राध्यापक व प्रमुख
मत्स्य साधन संपत्ती व्यवस्थापन विभाग
मत्स्य विज्ञान महाविद्यालय, नागपूर
महाराष्ट्र पशू व मत्स्य विज्ञान विद्यापीठ, नागपूर
शिक्षण : मास्टर ऑफ फिशरी सायन्स (M.F.Sc.)

सोमनाथ यादव
साहाय्यक प्राध्यापक व प्रमुख
मत्स्य संवर्धन विभाग
मत्स्य विज्ञान महाविद्यालय, उदगीर
महाराष्ट्र पशू व मत्स्य विज्ञान विद्यापीठ, नागपूर
शिक्षण : मास्टर ऑफ फिशरी सायन्स (M.F.Sc.)

डॉ. प्रशांत तेलवेकर
साहाय्यक प्राध्यापक व प्रमुख
मत्स्य संपत्ती, अर्थशास्त्र, सांख्यिकी व विस्तार शिक्षण विभाग
मत्स्य विज्ञान महाविद्यालय, नागपूर
महाराष्ट्र पशू व मत्स्य विज्ञान विद्यापीठ, नागपूर
शिक्षण : पीएच.डी

साहाय्यक लेखक

श्री. अरविंद कुलकर्णी (क्षेत्रीय साहाय्यक)
मत्स्य विज्ञान महाविद्यालय, नागपूर
श्री. शामकांत शेळके (साहाय्यक प्राध्यापक)
मत्स्य विज्ञान महाविद्यालय, नागपूर
डॉ. संतोष मेतर (अभिरक्षक)
सागरी जीवशास्त्रीय संशोधन केंद्र, रत्नागिरी

www.ingramcontent.com/pod-product-compliance
Lightning Source LLC
LaVergne TN
LVHW082043051026
849532LV00011B/3469
9789387408609